சிக்கனம் சேமிப்பு முதலீடு

சோம. வள்ளியப்பன்

பங்குச்சந்தை வர்த்தகம், உணர்வு மேலாண்மை, சுயமுன்னேற்றம், நிர்வாகவியல், மனித வள மேம்பாடு உள்ளிட்ட துறைகளில் பல புகழ்பெற்ற நூல்களை எழுதியவர். துறை சார்ந்த செழிப்பான அனுபவமும் நிபுணத்துவமும் கொண்டிருக்கும் இவர் தொலைக் காட்சி மற்றும் பத்திரிகைத்துறை ஊடகங்களில் தொடர்ந்து இயங்கி வருகிறார்.

பங்குச்சந்தை பற்றிய இவருடைய அள்ள அள்ளப் பணம் நூல்கள் (வரிசை 1-5), வெளிவந்த காலம் தொட்டு இன்றுவரை தொடர்ந்து விற்பனையில் சாதனை படைத்துவருகின்றன.

ஆசிரியரின் பிற நூல்கள்

பங்குச்சந்தை

1. அள்ள அள்ளப் பணம் 1 - *பங்குச்சந்தை: அடிப்படைகள்*
2. அள்ள அள்ளப் பணம் 2 - *பங்குச்சந்தை: அனாலிசிஸ்*
3. அள்ள அள்ளப் பணம் 3 - *பங்குச்சந்தை: ஃபியூச்சர்ஸ் அண்ட் ஆப்ஷன்ஸ்*
4. அள்ள அள்ளப் பணம் 4 - *பங்குச்சந்தை: போர்ட்ஃபோலியோ முதலீடுகள்*
5. அள்ள அள்ளப் பணம் 5 - *பங்குச்சந்தை: டிரேடிங்*

வியாபாரம்

1. *நம்பர் 1 சேல்ஸ்மேன்* (சிறந்த விற்பனையாளர் ஆவது எப்படி?)
2. *பணமே ஓடி வா*

நிர்வாகம்

1. *ஆளப்பிறந்தவர் நீங்கள்* (தலைமைப் பண்புகள்)
2. *காலம் உங்கள் காலடியில்* (நேர நிர்வாகம்)
4. *உலகம் உன் வசம்* (கம்யூனிகேஷன்)
5. *உறுதி மட்டுமே வேண்டும்* (கமிட்மெண்ட்)
6. *உறவுகள் மேம்பட* (Secrets of Managing People)
7. *சிறந்த நிர்வாகி ஆவது எப்படி?*
8. *மேனேஜ்மெண்ட் குரு கம்பன்*
9. *நாட்டுக் கணக்கு*
10. *நாட்டுக்கணக்கு -2 - இந்திய பொருளாதாரம் அன்றும் இன்றும்*
11. *வீட்டுக் கணக்கு*
12. *நேரத்தை உரமாக்கு* (காலம் உங்கள் காலடியில் - 2)
13. *அதிர்ந்த இந்தியா*

சுயமுன்னேற்றம்

1. *எமோஷனல் இண்டெலிஜென்ஸ் 2.0*
2. *இட்லியாக இருங்கள் - எமோஷனல் இண்டெலிஜென்ஸ்*
3. *தடையேதுமில்லை* (சுயமுன்னேற்றக் கட்டுரைகள்)
4. *மன அழுத்தம் விரட்டலாமா* (மாணவர்களுக்கு -யுனெஸ்கோவுக்காக)
5. *உஷார் உள்ளே பார்* (மனமும் சக்தியும்)
6. *ஆல் தி பெஸ்ட்!* (நேர்முகங்களில் வெற்றி பெறுவது எப்படி?)
7. *தள்ளு* (மோட்டிவேஷன்)
8. *சின்னத் தூண்டில் பெரிய மீன்*
9. *சிறு துளி பெரும் பணம்*
10. *டீன் தரிகிட* (பதின் பருவத்தினருக்கு)
11. *சொல்லாததையும் செய்!*
12. *மனதோடு ஒரு சிட்டிங்*
13. *இவ்வளவுதானா நீ?*
14. *முன்னேற்றம் இந்தப் பக்கம்*
15. *எல்லோரும் வல்லவரே*
16. *காதலில் இருந்து திருமணம் வரை*

ஆன்மிகம்

1. *எங்குமிருப்பவர் (சாய் சரிதம்)*

சிக்கனம் சேமிப்பு முதலீடு

சோம. வள்ளியப்பன்

கிழக்கு

சிக்கனம் சேமிப்பு முதலீடு
Sikkanam Semippu Mudhaleedu

Soma. Valliappan ©

First Edition: September 2019
120 Pages

ISBN: 978-93-5135-023-1
Kizhakku 1160

Kizhakku Pathippagam
177/103, First Floor, Ambal's Building, Lloyds Road,
Royapettah, Chennai - 600 014. Ph: +91-44-4200-9603
Email : support@nhm.in Website : www.nhm.in

kizhakkupathippagam kizhakku_nhm

Author's Email: writersomavalliappan@gmail.com
baluvalliappan5@gmail.com
Author's Website : www.writersomavalliappan.in

Kizhakku Pathippagam is an imprint of New Horizon Media Private Limited

The views and opinions expressed in this book are the author's own and the facts are as reported by the author, and the publishers are not in any way liable for the same.

All rights reserved. No part of this publication may be reproduced, stored in a retrieval system, or transmitted, in any form or by any means, electronic, mechanical, photocopying, recording or otherwise, without the prior permission of the publishers.

உலகத்தில் என்ன பொருளாதார பிரச்னை வந்தாலும் நம்மை பாதிக்காத அளவு சேமித்துக்கொண்டுவிடவேண்டும். அதுதான் புத்திசாலித்தனம். அது ஒன்றும் செய்ய முடியாத சிரமமான காரியம் அல்ல.

பொருளடக்கம்

	முன்னுரை	 09
1.	மழை வரும் நேரம்	 11
2.	தொடர் மழை	 15
3.	சீட்டுக் கட்டலாமா கூடாதா?	 19
4.	பணத்தின் மதிப்பு போகப் போகக் குறையுமா?	 24
5.	ஷேரில் இறங்கி ஒரு கை பார்க்கலாமா?	 28
6.	எல்லாம் ஒன்றல்ல	 32
7.	பிரித்துப் போடும், பேலன்ஸ்டு அப்ரோச்	 37
8.	பரஸ்பர நிதிகள்- மியூட்சுவல் பண்டுகள் தரும் பலன்	 42
9.	எஸ்.ஐ.பி- SIP	 47
10.	ஒரே தடவையிலா/ சிறிது சிறிதாகவா?	 51
11.	ஜனவரி.. பிப்ரவரி மார்ச் - வருமான வரி	 57

12. ஒரே கல்லில் இரண்டல்ல, மூன்று மாங்காய் - ELSS	 61
13. தங்கத்தில் முதலீடு; சரியா தவறா?	 65
14. செல்வ மகள் சேமிப்புத் திட்டம்	 69
15. தங்கத்தை நாணயமாகச் சேமிக்கலாமா?	 73
16. சவரனில் சேமிப்பு - சாதக பாதகங்கள்	 79
17. தங்கம் என்ற தாதா	 85
18. கோல்ட் ஈ.டி.எப். - தங்கத்தில் முதலீடு	 90
19. இன்ஷூரன்ஸ் தெரியுமல்லவா?	 95
20. சின்னச் செலவு - பெரிய பாதுகாப்பு	 99
21. எந்த ரிஸ்கையும் சந்திக்கலாம்	 104
22. இன்ஷூரன்ஸ் ஜாக்கிரதை	 109
23. பேரம் பேசிக் குறைக்க முடியும்	 114

முன்னுரை

பல்வேறு நிறுவனங்களில் நன்கு பணம் சம்பாதிக்கும் ஊழியர்களையும் மேலாளர்களையும் அவர்களுக்கு பயிற்சி வகுப்பெடுக்கும்போது சந்திக்கும் வாய்ப்பு எனக்குக் கிடைக்கிறது. அப்போது எனக்கு வந்த வியப்பு அவர்களுடைய பண நிர்வாகம் குறித்துத்தான். என்ன படித்து என்ன, என்ன வருமானம் வந்து என்ன. பலரும் தொடர்ந்து கடனில் வாழ்கிறார்கள். அதற்கும் மேலாக அது தெரியாமலேயே, அதன் ஆபத்தை உணராமலேயே காலத்தை ஓட்டிக்கொண்டிருக்கிறார்கள் என்பதை அறிந்தபோது ஆச்சரியமாகவும் வருத்தமாகவும் இருந்தது.

பணத்தை மதிப்பது என்பது, அதை சிக்கனமாக செலவு செய்வதும், குறிப்பிட்ட அளவு முயன்று சேமிப்பதும், சேமிப்பதை அவ்வப்போது எடுத்து பாதுகாப்பான விதங்களில் முதலீடு செய்வதும்தான் என்பதை பலருக்கும் தெரிவிக்க வேண்டியிருக்கிறது.

சேமிப்பதற்கும் முதலீடு செய்வதற்கும் இருக்கிற பல்வேறு வாய்ப்புகள்பற்றி பலருக்கும் முழுமையாகத் தெரியவில்லை. அவற்றின் முக்கியத்துவம் மற்றும் பலன்கள் குறித்து விளக்குவதே இந்தப் புத்தகத்தின் நோக்கம்.

புத்தகத்தை சிறப்பாக வெளியிடும் கிழக்கு பதிப்பகத்துக்கு என் நன்றி.

வாழ்த்துகள்

சோம வள்ளியப்பன்
26.03.2019

1
மழை வரும் நேரம்

அது பொருளாதாரத்தில் நடுத்தர நிலைக்கும் சற்றுக் கீழே உள்ளவர்கள் வசிக்கும் இடம். அடுத்தடுத்து இரண்டு சிறிய குடித்தனங்கள். பகல் பதினோரு மணி. மழை பெய்யத் தொடங்குகிறது.

முதல் வீட்டில் இருந்த சுசிலா அம்மாள், மழை பெய்யத் தொடங்கியதும், வீட்டில் காலியாக இருந்த வாளி, பிளாஸ்டிக் குடம், அலுமினிய குண்டான் ஆகியவற்றை வேகவேகமாக மழைத்தண்ணீர் விழும் இடங்களில் வைக்கிறார்.

அடுத்த வீட்டில் இருந்த கண்ணம்மா வீட்டில் தொலைக் காட்சிப் பார்த்துக்கொண்டிருந்ததால், மழை வந்ததை கவனிக்கவில்லை. அப்போது மழையின் காரணமாகவோ என்னவோ, கரண்டு போக, கண்ணம்மாவுக்கு கடும் எரிச்சல். வாசலைப் பார்த்துத்தான் மழை பெய்வதைத் தெரிந்துகொண்டார்கள்.

'சே! இந்த மழை ராத்திரியில பெய்யக் கூடாதா? பட்டப்பகல்ல பெஞ்சுக்கிட்டு... கரண்டு கட் ஆகி... ஒரு நல்ல சீரியல் பார்க்க வுடுதா?' சலித்துக்கொண்டார்கள்.

ஒரு மணிநேரம் விடாமல் பெய்த மழையில் சுசிலா அம்மாள் வைத்த பாத்திரங்கள் நிறைந்துவிட்டன. சுத்தமான சில்லென்றிருந்த தண்ணீர்.

மழைவிட்டதும் மீண்டும் சீரியலைத் தொடர்ந்து பார்க்கத் தொடங்கிய கண்ணம்மா, திடீரென நினைவு வந்தவராக தன் மகனை, 'டேய் மணி பன்னிரண்டு அடிச்சிடுச்சு. தண்ணி லாரி வந்திடுச்சா பார்' என்று

விரட்டினார்கள். வேண்டாவெறுப்பாக வெளியே போக முயன்றவனை நிறுத்தி கையில் இரண்டு குடங்களைக் கொடுத்தார்கள்.

போனவன் போன வேகத்திலேயே திரும்பி வந்தான். இன்னும் இரண்டுநாளைக்கு லாரி வராதாம். வெட்டிப்போட்டிருக்கும் பள்ளத்தை மூடுனாத்தான் லாரி உள்ள வருமாம்’- குடங்களைப் போட்டுவிட்டு அவன் போய்விட்டான்.

இனி கண்ணம்மா தண்ணீர் எங்கே கிடைக்கும் என்று தேடவேண்டும். தேவைப்பட்டால் அன்றைய தினம் காசு கொடுத்துக்கூட வாங்க வேண்டி வரலாம்.

ஆனால் சுசிலா நிலைமை வேறு. அவர்தான் மழைத் தண்ணீரைப் பிடித்து வைத்திருக்கிறாரே!

மழைத் தண்ணீர் வீடு தேடி வந்தது. பேதமின்றி இருவர் வீட்டிலுமே கொட்டியது. ஒருவர் பிடித்து வைத்துக்கொண்டார். மற்றொருவர், வந்த சமயம் விட்டுவிட்டுப் பின்னால் தேடுகிறார்!

இப்போது இவர்களைப்பற்றி ஏன் சொல்கிறேன் என்றால், மழைத் தண்ணீர் ஓர் ஒப்பீடு. எதற்கு ஒப்பீடு? கிடைக்கிற வருமானத்திற்கு ஒப்பீடு.

சுசிலா கண்ணம்மா ஆகியோர் கற்பனைப் பாத்திரங்கள்தான். அவர்களுடைய பொருளாதார நிலைமைகளைவிட பத்துப் பதினைந்து மடங்கு சிறப்பாக இருக்கிற நிஜமான வேறு இரண்டு மனிதர்கள் பற்றிச் சொல்கிறேன்.

முதலாமவர் பெயர் சுந்தர். வயது 50. தனியார் நிறுவனம் ஒன்றில் பொது மேலாளராகப் பணியாற்றி வந்தார். சென்னை தி.நகரில் அவர் வசிக்கும் பிளாட் வாங்க, 15 லட்சம் கடன் வாங்கியிருந்தார். மாத ஈ.எம்.ஐ. ரூ 17,000. அவருடைய மாத சம்பளம் 90 ஆயிரம். எல்லாம் சரியாகப் போய்க்கொண்டிருந்த நேரத்தில், 2008ம் ஆண்டு பொருளாதார சுணக்கம் ஏற்பட்டது. மற்ற பல நிறுவனங்களைப் போல அவர் வேலை செய்த நிறுவனத்தின் வியாபாரமும் படுத்துவிட்டது.

உயர் பதவியில் இருந்ததால் அவருக்கு நிறுவனத்தின் நிலைமை புரிந்தது. உஷாராகி வேறு வேலை வேலை தேட ஆரம்பித்தார். எல்லா இடங்களிலும் அதுதான் நிலைமை என்று புரிந்தது. வேலை போய்விடும் என்ற நிலையில், மற்ற எல்லாவற்றையும்விட, வீட்டுக்கடன் பாக்கி 10 லட்சம் அவரை அதிகம் பயமுறுத்தியது.

அதன் பிறகு சம்பளத்தில் இருந்து மாதம் 50 ஆயிரம் வீதம் வீட்டுக்கடனை அடைக்க எடுத்து வைக்க ஆரம்பித்தார். மூன்று மாதங்கள் போனதும், அவர் பயந்ததுபோலவே, முதலாளி சுந்தரை அழைத்துப் பேசினார். அதற்கடுத்த மூன்று மாதங்களில் அவர் வேலையை விட்டுவிட்டுப் போய்விடவேண்டும் என்று கேட்டுக்கொண்டார். அதன் பிறகு சுந்தர் அவருடைய மாத சம்பளத்தில் மாதம் 60 ஆயிரம் வீதம் வீட்டுக்கடனுக்காக எடுத்து வைத்தார். இப்படியாக ஆறுமாதங்களில் அவரால் மூன்று லட்சத்துப் பத்தாயிரம் ரூபாய் சேர்த்துவிட முடிந்தது.

கிராஜிவிட்டி, பி.எஃப் போன்ற மற்ற தொகைகளையும், ஆறுமாதங்களில் எடுத்து வைத்திருந்த 3.10 லட்ச ரூபாயுடன் சேர்த்து வீட்டுக்கடனை திருப்பிக் கட்டிவிட்டார். அதன் பிறகு அவர் மனதில் ஒரு சிந்தனை ஓடியது. அந்த சிந்தனை,

'அட ஆறே மாதத்தில் இவ்வளவு சேர்க்க முடிந்ததே! இதேபோல நான் முன்பே முயற்சித்திருந்தால், மொத்தக் கடனையும் முப்பதே மாதங்களில் கட்டியிருக்கலாம் போலிருக்கிறதே. விட்டுவிட்டேனே! அப்படிக் கட்டியிருந்தால், அதன் பிறகு செய்த சேமிப்புகளை பணமாக வைத்திருந்திருக்கலாமே அல்லது வேறு சொத்துக்கள் வாங்கியிருக்கலாமே! வருமானம் இல்லாமல் போய்விட்ட இந்நேரம் அவை தேவைக்கு உதவியிருக்குமே!'

சுந்தர் சிந்தனை சரியானதுதான். ஆனால் அவர் ஏன் முன்பே அப்படிச் செய்யாமல் விட்டுவிட்டார்? அந்தக் கேள்விக்கு பதில் தேடுவதற்கு முன்பாக சுசிலா மற்றும் கண்ணம்மாவைவிட பணவசதி அதிகம் இருக்கும் மற்றொருவரையும் பார்த்துவிடலாம்.

அவர் பெயர் கணேசன். அடிக்கடி வேலை மாறும் அளவிற்குத் திறமையுள்ளவர். ஒவ்வொரு வேலையிலும் முந்தைய வேலைகளைவிட அதிக சம்பளம் கேட்டுப்பெறுவார். ஆறுமாதங்களுக்கு முன்புதான் ஒரு பன்னாட்டு நிறுவனத்தில் இருந்த வேலையை ராஜினாமா செய்துவிட்டு, மாதம் இரண்டரை லட்சம் சம்பளத்திற்கு வேறு ஒரு பன்னாட்டு நிறுவனத்திற்குத் தாவினார்.

மிகப்பெரிய சம்பளம், அதுவும் பன்னாட்டு நிறுவனத்தில். கையில் இருந்த முப்பது லட்ச ரூபாய் சேமிப்பைக் கொடுத்து, மேலும் எண்பது லட்ச ரூபாய் கடன் வாங்கி சென்னைக்கு மிக அருகில் ஒரு தனிவீட்டை, வில்லாவை புக் செய்தார். மாதம் கிட்டத்தட்ட லட்ச ரூபாய் ஈ.எம்.ஐ. இரண்டு மாதங்கள் கட்டியாயிற்று.

அவருக்கும் அவரது மேலதிகாரிக்கும் ஒத்துவரவில்லை. வேலையில் பயங்கர நெருக்கடி. சமாளிக்கவே முடியவில்லை. வீட்டுக்கடனை நினைத்து, எல்லா அவமானங்களையும் பொறுத்துக்கொண்டு நாட்களை ஓட்டினார். ஆனாலும் முடியவில்லை. அவராக ராஜினாமா செய்வதைத்தான் அவரால் தவிர்க்கமுடிந்தது. ஆனால் நிறுவனம் அவரை, 'போதும் கிளம்புங்கள்'என்று மூன்று மாத சம்பளத்தைக் கையில் கொடுத்து போகச் சொல்லிவிட்டது. இதை அவர் எதிர்பார்க்கவில்லை.

கையில் இருந்த சேமிப்பு அனைத்தும் துடைத்து எடுத்து புது வீட்டுக்காகக் கொடுத்தாயிற்று. வேறு வேலையோ உடனே கிடைத்த பாடில்லை. அவரது படிப்பிற்கும் அனுபவத்திற்கும் கடைசியாக வாங்கிக்கொண்டிருந்ததைவிட லட்ச ரூபாய்க்கும் மேல் குறைவாகத்தான் வேலைகள் கிடைக்கின்றன. கீழிறங்க மனம் இல்லை. மனிதர் தவிப்புடன் தேடிக்கொண்டிருக்கிறார்.

அரசாங்க வேலைகள் தவிர வேறு எதற்கும் உத்திரவாதம் இல்லை என்பதுதான் நிலைமை. எந்த வருமானமும் சாசுவதம் இல்லை. காரணம், உலகம் அப்படி ஒரு போக்கில் போய்க்கொண்டிருக்கிறது.

2008ம் ஆண்டு நிலைமை இன்னமும் சரியான பாடில்லை. இன்னமும் எவ்வளவோ நிறுவனங்கள் போதிய வியாபாரம் இல்லாமல் தவித்துக் கொண்டுதான் இருக்கிறார்கள்.

இருப்பது நல்ல வேலையா? சம்பளம் சரியாக வருகிறதா? நல்லது. இந்த வாக்கியமும் அறிவுரையும் சுசிலா கண்ணம்மா போன்றவர் களுக்கு மட்டுமில்லை. லட்சங்களில் சம்பாதிக்கும் சுந்தர்களுக்கும், கணேசன்களுக்கும் சேர்த்துத்தான். சொந்த வியாபாரங்கள் செய்பவர் களுக்கும்தான். எது ஒன்றும் மழையோ பணமோ கிடைக்கிறபோது மதியுங்கள். சேர்த்து வைத்துக் கொள்ளுங்கள். மழை நின்ற பிறகு போய்த் தேடமுடியாது. வீடு தேடி வந்து பெய்கிறது. அண்டா, குண்டா, வாளி, குடம் எது இருந்தாலும் அதில் பிடியுங்கள்.

நம் வருமானம். அதில் சேமிப்பதில் என்ன தவறு அல்லது என்ன அசிங்கம்? வேறு எவரிடமும் கைநீட்டும் நிலைமை வந்தால்தான் அசிங்கம். கணிசமாகச் சேர்த்தபிறகு, வேலையையோ வியாபாரத்தையோ நம்பி இருக்க வேண்டியதில்லை. உலகத்தில் என்ன பொருளாதார பிரச்னை வந்தாலும் நம்மை பாதிக்காத அளவு சேமித்துக்கொண்டு விடவேண்டும். அதுதான் புத்திசாலித்தனம். அது ஒன்றும் செய்ய முடியாத சிரமமான காரியம் அல்ல.

2
தொடர் மழை

எனக்கு நன்கு அறிமுகமான ஒரு பெரியவரை பற்றிச் சொல்கிறேன். அவருடைய தற்போதைய சொத்து மதிப்பு பல கோடிகள் இருக்கும். பழகுவதற்கும் இனிமையானவர். எல்லாம் தற்போதைய நிலை. அவருடைய இளமைக் காலம் பற்றி அவரே பகிர்ந்துகொண்ட தகவல் வேறுவிதமானது.

பெரிய வசதியில்லாத குடும்பம். அவர் பள்ளி செல்லும் சிறுவனாக இருந்த நேரம். வீட்டிற்கு வரும் உறவினர்கள் கொடுக்கும் சில்லறைக் காசுகளை ஏனைய மற்ற சிறுவர்களைப்போல தின்பண்டங்கள் வாங்கிச் சாப்பிடாமல் பத்திரமாகச் சேர்த்து வைப்பார். அவர் சிறுவனாக இருந்த காலகட்டத்தில் பத்துக் காசு அல்லது 25 காசுகள் தான் சிறுவர்களுக்குக் கொடுக்கப்படும். அதன் மதிப்பே அப்போது அதிகம்.

அப்படியாக எழுபத்து ஐந்து, எண்பது காசுகள் சேர்த்ததும் மேலும் ஆவலாக எப்போது மற்றொரு 25, முப்பது காசுகள் கிடைக்கும் என்று காத்திருப்பார். ஏன் தெரியுமா? அப்படி அது 100 காசு ஆனதும் உடனடியாக அதை ஒரு முழு ரூபாய் தாளாக மாற்றுவதற்குத்தான். அதுதான் அந்தச் சிறுவனுடைய இலக்கு.

மாற்றப்பட்ட ஒரு ரூபாய்த் தாளை ஆசையுடன் பல தடவை தடவிப் பார்ப்பான். பின்பு அதை பத்திரமாக வேறு ஒரு சிறிய துணிப்பைக்குள் வைத்துவிடுவான்.

அவனது அடுத்த இலக்கு என்ன? ஒன்றல்ல. இரண்டு இலக்குகள். முதலாவது மீண்டும் மற்றொரு ஒரு ரூபாய் சேர்ப்பது. அதில்

மாற்றமில்லை. மற்றொரு இலக்கு....மேலும் ஒன்பது ஒரு ரூபாய்த் தாள்கள் சேர்த்து... ஒரு பத்து ரூபாய் தாளாக மாற்றுவது.

அப்படி ஒரு பத்து ரூபாய் தாள் உருவானதும், அதுபோல பத்து பத்து ரூபாய் தாள்களுக்காக காத்திருப்பது, சேர்ப்பது... அவனுடைய மூன்றாவது இலக்கு.

ஆக, இப்படியாக எப்போதும் காசுகளை சேமிக்கும் நோக்கத்துடனேயே இருப்பான். நூறு ரூபாய் ஆனதும் அதை அவனே... வேறு ஒரு பையில் வைத்துக்கொள்வது இல்லை.

அதை வியாபாரம் செய்துவந்த அவரது உறவினரிடம் கொடுத்து விடுவான். அவர் அவனுக்கு வட்டி தருவார். வட்டிப் பணத்தையும் அதே வாஞ்சையுடன்தான் தொடுவான். தடவிப் பார்ப்பான். அவை என்ன தாள்களோ அதற்கு உரிய சேமிப்புப் பையில் வைத்துவிடுவான்.

அதே சிறுவன் பின்னாளில் பெரிய தமிழ் அறிஞர் ஆனார். வெற்றிகரமான பதிப்பகத்தின் உரிமையாளரும் ஆகி, பெருஞ் செல்வமும் ஈட்டினார். சம்பாதித்து, தேவைப்படும் பலருக்கும் பண உதவி செய்தவர்.

அவருடைய சேமிப்புக் கதையில் நமக்கு இரண்டு முக்கியமான செய்திகள் இருக்கின்றன. முதலாவது, சேமிப்பு என்பது ஒரு பழக்கம் என்பது. இரண்டாவது செய்தி, சிறுகச் சிறுகச் சேர்ப்பது பெரிய தொகை ஆகிவிடும்.

சென்னையில் இயங்கும் கண்ணாடிகள் தயாரிக்கும் மிகப்பெரிய பன்னாட்டு நிறுவனம் ஒன்றுக்கு பயிற்சியளிக்கச் சென்றிருந்த சமயம், அந்நிறுவனத்தின் உயர் பதவியில் இருக்கும் அதிகாரி ஒருவரிடம் சேமிக்கும் பழக்கத்தின் அவசியம் பற்றிப் பேசிக்கொண்டிருந்தேன். அவருக்கு வயது 42. ஒரு மகன், ஒரு மகள். பன்னிரெண்டாவதும், பத்தாவதும் படித்துக் கொண்டிருக்கிறார்கள்.

அவர் அவரது அனுபவத்தைப் பகிர்ந்துகொண்டார். திருமணம் ஆன புதிது. அதுவரை அவரிடம் சேமிக்கும் பழக்கம் என்பது கொஞ்சமும் கிடையாது. முதல் குழந்தை பிறந்த உடன் சேமிக்க வேண்டும் என்று நினைத்தார். ஆனால் முடியவில்லை. அப்போது அவரது நண்பர் ஒருவர் அவருக்கு ஓர் ஆலோசனை சொல்லியிருக்கிறார்.

‘வெளியில் போகும்போது பர்ஸில் பணம் எடுத்து வைத்துக்கொண்டு போகிறீர்கள். திரும்ப வரும்போது உங்களிடம் சில்லறை நோட்டுகள் சில இருக்கும். தவிர சில்லறை காசுகளும் இருக்கும். அவற்றை

மட்டும் அலமாரியின் ஒரு மூலையில் ஒரு சிறு பெட்டி வைத்து, அதில் போட்டு விடுங்கள். என்ன அவசரம் ஆனாலும், சில்லறை தேவைப் பட்டாலும் அதைத் தொடவே தொடாதீர்கள். அது இருப்பதையே மறந்துவிடுங்கள். மொத்தத்தில் அதை ஒரு சாமி உண்டியல் போல நினையுங்கள்.'

இதென்ன பிரமாதம், செய்துவிட்டால் போயிற்று என்று அவர் அந்த விபரத்தை மனைவியிடம் சொன்னார். உடனடியாக இருவருமே செய்யத் தொடங்கிவிட்டார்கள்.

மீதமிருக்கும் சில்லறைகளை மட்டுமே போட்டதால் அவர்களுக்கு சிரமம் தெரியவில்லை. தவிர பழைய பேப்பர்கள் விற்று வரும் காசு போன்றவற்றையும் உள்ளே போட்டார்கள். போடுவது மட்டுமே அவர்கள் வேலை. அப்படியே என்று ஓர் ஆண்டுக்கும் மேல் ஓடிவிட்டது.

தற்செயலாக இந்த ஆலோசனை சொல்லிய நண்பரை ஒரு திருமணத்தில் சந்தித்தார்கள். அவரிடம் பேசிக்கொண்டிருந்தபோது, இந்த வகை சேமிப்பு பற்றிப் பேச்சு வந்திருக்கிறது. 'என்ன போடுகிறீர்களா? எவ்வளவு சேர்ந்திருக்கிறது?' என்று நண்பர் கேட்டிருக்கிறார்.

'யாருக்குத் தெரியும்? போடுவது மட்டுமே எங்கள் வேலை' - சிரித்தபடிச் சொல்லியிருக்கிறார் இவர்.

எவ்வளவு மாதங்கள் ஆகியிருக்கும் என்று கணக்குப் பார்த்துவிட்டு, நண்பர் சொல்லியிருக்கிறார், 'சரி இனி, ஒவ்வொரு ஜனவரி 1ம் தேதியும் அந்த டப்பாவைத் திறந்து பார்ப்பது என்று முடிவு செய்து கொள்ளுங்கள். அதாவது ஆண்டுக்கு ஒருமுறை மட்டும். அந்தப் பணத்தை எடுத்து வங்கிக் கணக்கில் டெபாசிட் செய்துவிடுங்கள்.'

வீட்டுக்குப் போனவர் மனைவியையும் அழைத்து உடன் வைத்துக் கொண்டு பண டப்பாவை அலமாரியில் இருந்து எடுக்க அதைத் தூக்கியிருக்கிறார். அவர் நினைத்து கைவைத்த அளவு அது இலகுவாக இல்லை. அவ்வளவு கனம்! டப்பா பிய்ந்து கொள்ளும் அளவு சில்லறைக் காசுகளும், உள்ளே மடங்கியும் சுருண்டும் கிடந்த ரூபாய் நோட்டுகளும் அவர்களை வியப்படைய வைத்திருக்கின்றன.

பிரித்து எண்ணியிருக்கிறார்கள். ஆச்சரியத்தில் வாயடைத்துப் போனார்கள். மொத்தம் இரண்டாயிரத்து இரு நூற்றுச் சொச்ச ரூபாய். எந்தவிதப் பெரிய கட்டுப்பாடும் முயற்சியும் இல்லாமலேயே, சிரமம் தெரியாமலேயே இவ்வளவு ரூபாயா சேர்ந்திருக்கிறது என்று வியந்து

போயிருக்கிறார்கள். இது நடந்தது 14 ஆண்டுகளுக்கு முன்னால். அப்போது அந்தப் பணத்தின் மதிப்பு மிக அதிகம். அதைக்கொண்டு என்ன என்னவோ செய்யலாம்.

அன்றைய தினமே அவரது வங்கிக்குச் சென்றார். பணத்தை டெபாசிட் செய்தார். மன நிறைவுடன் திரும்பி வந்தார். வரும் வழியிலேயே கையில் இருக்கும் 100 ரூபாய் தாளுக்குச் சில்லறை மாற்றலாமா என்றுகூடத் தோன்றியிருக்கிறது அவருக்கு! காரணம் தெரிந்ததுதானே! இப்போது அவரது அலமாரி டப்பாவில் மிகக் குறைந்த அளவு சில்லறைக் காசுகளே கிடக்கின்றன. அதை அதிகரிக்கச் செய்ய வேண்டும் என்பதுதான் அவரது ஆதங்கம்.

சிலரால் காப்பி குடிக்காமல் இருக்க முடியாது. வேறு சிலரால் சிகரெட் இல்லாமல் முடியாது. இன்னும் சிலருக்கு மதுபானங்கள். யாரும் சொல்லாமல் அவர்களாகத் தேடிப்போவார்கள். விரும்பிச் செய்வார்கள். தடுத்தாலும் நிறுத்துவது சிரமம். காரணம், அது அவர்கள் பழக்கம்.

சிலரால் உடற்பயிற்சி செய்யாமல் இருக்க முடியாது. வேறு சிலரால் கோவிலுக்குப் போகாமல் இருக்க முடியாது. வேறு சிலரால் மற்றவர் களுக்கு உதவாமல் இருக்க முடியாது. ஏன்? அவை அவர்களது பழக்கம்.

நல்லதா கெட்டதா என்பதல்ல. அவையெல்லாம் பழக்கம். பழகிய வற்றைச் செய்யாமல் முடியாது. சில்லறைக் காசுகள் சேர்த்த சிறுவனுடைய சிறுவயது பழக்கம் வாழ்க்கை முழுக்கத் தொடர்ந்து, பெரும் செல்வம் ஈட்ட உதவியது. மீதப்பணத்தைச் சேர்த்த தொழிற்சாலை உயர் அதிகாரியின் அந்தப் பழக்கம் இன்றளவும் தொடர்கிறது, அவரது பிள்ளைகளின் படிப்பிற்கு உதவுகிறது.

அது சரி சிலரால் ஏன் சேமிக்கப் பழக முடியவில்லை? சுவாரஸ்யமான கேள்விதான்?

3
சீட்டுக் கட்டலாமா கூடாதா?

சிலரால் பணத்தைச் சேமித்துப் பழக முடியாதற்கு என்ன காரணம்? அறிமுகம் இல்லாததுதான் காரணம்.

நீங்களும் நானும் இன்னும் பலரும் சிகரெட் கடைகள் மூடியிருந்தால் கவலைப்படுவதில்லை. மதுபானக் கடைகளுக்கு விடுமுறை என்றால் வருத்தப்படுவதில்லை. ஆனால் எல்லோராலும் அப்படி இருக்க முடியுமா? காரணம், பலர் அவற்றைப் பழகிக்கொண்டுவிட்டார்கள். அதனால் அவை அவர்களுக்கு அவசியமாகிவிட்டன. அவை இல்லாமல் முடியாது என்ற நிலைக்கு போயாகிவிட்டது. இல்லை என்றால் தவிப்புதான்.

பழகாதவர்களுக்கு இழப்பு இல்லை. பழகியவர்களுக்கு இல்லாமல் முடியாது. பழகியது எதுவாக இருந்தாலும். சேமிப்பு விதி விலக்கல்ல!

கடந்த அத்தியாயத்தில் பார்த்த ஒவ்வொரு ரூபாய்த் தாளாகச் சேர்த்த பதிப்பாளரும், சில்லறைகளை எவ்வளவானாலும் எல்லாவற்றையும் ஒன்றுவிடாமல் டப்பாவில் போட்டுச் சேர்த்த பன்னாட்டு நிறுவனத்தின் அதிகாரியும் அந்தப் பழக்கத்தில் மாட்டிக்கொண்டு விட்டார்கள். அதனால் விடாமல், எந்தச் சிரமமும் தெரியாமல், ஊக்கத்துடன் சேமித்து வந்திருக்கிறார்கள். பெரும் பலன் அடைந்தார்கள்.

டேஸ்ட் இஸ் பெமிலியாரிட்டி என்று சொல்வார்கள். ருசி என்பதே பழக்கத்தினால் வருவதுதான். உங்களில் சிலருக்குத்

தெரிந்திருக்கலாம், பெரிய உணவு விடுதிகளில் மயனேஸ் என்று ஒரு சாஸ் (தக்காளி சாஸ், சில்லி சாஸ் போல) கொடுப்பார்கள். முட்டை மஞ்சள் கருவுடன் சேலட் ஆயில் என்ற எண்ணெயை எமெல்சிபிகேஷன் முறையில் மர ஸ்பூனால் தேய்த்துத் தேய்த்துச் சேர்த்தால் வருவதுதான் வெண்ணை போன்ற மயனேஸ் சாஸ்.

பரிச்சயம் இல்லாதவர்களுக்கு மயனேஸ் சாஸ் என்றால் குமட்டி கொண்டு வரும். ஆனால் பழகிவிட்டவர்களுக்கோ... நாக்கை சப்புக் கொட்டிக்கொள்ள வைக்கும். காய்ந்த மீன் வகை (பெயர் தெரியு மல்லவா!) கூட அப்படித்தானே! சிலருக்கு சகிக்க முடியாத நாற்றம். அதுவே (சிங்காரவேலன் கமல் போன்றவர்களுக்கு) சிலருக்கு வாசம். ஆக, எல்லாம் பழக்கம் செய்யும் வேலை.

தொடக்கத்தில் எதுவும் சிரமமாகவே தெரியும். பழகப் பழக சிரமம் மறைவதுடன் நில்லாமல், அது இல்லாமல் முடியாது என்கிற அளவுக்குப் போய்விடும்.

ஆக சேமிக்க விரும்புகிறவர்கள், தொடக்கத்தில் அதிக அக்கறையுடன், சிரமம் பாராமல், தேவை உணர்ந்து, விடாமல் சில காலம் செய்துவிட, வேர் பிடித்து, சேமிப்புப் பழக்கமென்ற செடி வளர ஆரம்பித்துவிடும்.

சேமிப்பினை நமக்கு அறிமுகப்படுத்தும் எளிமையான வழிகளில் முக்கியமான ஒன்று சீட்டுக் கட்டுவது. சீட்டுக் கட்டுவது என்ன அவ்வளவு பெரிய வழிமுறையா என்று சிலருக்குத் தோன்றலாம்.

உலகின் மிகப் பெரிய உண்மைகள் எளிமையானவை. அறம் செய விரும்பு, ஆறுவது சினம் என்று ஔவை எளிமையாகச் சொல்லி விட்டுப் போனதைப்போல.

சீட்டுக் கட்டுவதால் என்ன பலன் என்று முதலில் பார்த்துவிடலாம்.

- முதலாவது பலன் அது ஒரு சிறு தொகைதான் என்கிற நினைப்பு. அப்படிப்பட்ட நினைப்பு சேமிக்க தடை சொல்லாது. மாதம் இவ்வளவுதானே, சமாளித்துக்கொள்ளமுடியும் என்று நினைக்க வைக்கும்.

- இரண்டாவது, சீட்டு கட்டுவதை ஒரே ஒருமுறை கட்டிவிட்டு (வங்கி பிக்சட் டெபாசிட் போல) நிறுத்த முடியாது. சீட்டில் சேர்ந்துவிட்டால் மாதாமாதம் கட்டவேண்டும். ஆக, சீட்டுக் கட்டுவதால் சேமிப்பில் ஒரு ரெகுலாரிட்டி (தொடர் தன்மை) வந்துவிடும். சேமிக்கப் பழகுவதற்கு இந்தத் தொடர் தன்மை நல்ல உதவி.

- மூன்றாவதாக, சீட்டில் சேர்ந்துவிட்டால் ஒப்புக்கொண்ட மாதங்கள்வரை கட்டித்தான் ஆகவேண்டும். இடையில் நிறுத்த முடியாது. ஆக, இது ஒரு கட்டாய சேமிப்பாகவும் ஆகிவிடும்.

- நான்காவதாக, மாதா மாதம் நாம் கட்டுகிற சீட்டுப் பணத்துக்கு (சீட்டைப் பொருத்து) ஓரளவு முதல், கணிசமானது வரையிலான வட்டி உண்டு. தள்ளி எடுப்பவருக்கு வெளியில் கிடைப்பதை விடக் குறைந்த வட்டிக்குப் பணமும், எடுக்காமல் விட்டு வைப்பவருக்கு, வங்கிகளில் கிடைப்பதைவிடக் கூடுதல் வட்டி போன்ற தள்ளுத் தொகையும் கிடைக்கிறது.

- ஐந்தாவதாக, சேமித்த தொகை ஆரம்பத்திலோ, இறுதியிலோ அல்லது வேறு ஒரு சமயமோ பெரிய தொகையாகக் கையில் கிடைக்கும்போது, மேலும் தொடர்ந்து இப்படிச் சேமிக்க வேண்டும் என்கிற ஆர்வத்தைத் தூண்டும். தவிர, முக்கியமான செலவிற்கோ, முதலீட்டிற்கோ அந்தப் பணம் பயன்படும்.

எவ்வளவோ பேர் சீட்டு நடத்துகிறார்கள். பத்திரிகைகளிலும் தொலைக் காட்சிகளிலும் ஏமாந்தவர்கள் கதைகளைப் பார்க்கிறோம். சீட்டு என்பது பாதுகாப்பானதுதானா? நம்பிக் கட்டமுடியுமா? கியாரண்டி உண்டா?

நல்ல கேள்விகள் இவை.

தனி நபர்கள், பார்ட்னர் ஷிப் நிறுவனங்கள் மற்றும் பிரைவேட் - பப்ளிக் லிமிடெட் நிறுவனங்கள் சீட்டுகள் நடத்துகிறார்கள். இவர்களுக்கு எல்லாம் அனுமதி இருக்கிறதா? இவர்களை அரசாங்கம் கண்காணிக்கிறதா? இவர்கள் நம் பணத்தை ஏமாற்றிவிடாமல் இருக்க நமக்கு என்ன பாதுகாப்பு இருக்கிறது?

முக்கியமான கேள்விகள் இவை. இனி எல்லாக் கேள்விகளுக்குமான பதில்களைப் பார்க்கலாம்.

நம் நாட்டில் சீட்டுக் கம்பெனிகளை முறைப்படுத்த 'த சிட் பண்ட்ஸ் ஆக்ட் 1982' என்று ஒரு சட்டம் இருக்கிறது. மத்திய அரசின் சட்டம் என்பதால் ஜம்மு மற்றும் காஷ்மீர் தவிர நாடு முழுமைக்கும் இந்தச் சட்டம் பொருந்தும்.

தமிழ்நாட்டில் மட்டும் சுமார் 2000 பதிவு செய்யப்பட்ட சீட்டுகள் நடத்தும் நிறுவனங்கள் இருக்கின்றன.

சட்டப்படி, இத்தனை பேர், இத்தனை மாதங்கள் என்று நடத்தப்படும் ஒவ்வொரு சீட்டு குரூப்பும் தனித்தனியே பதிவு செய்யப்பட

வேண்டும். எத்தனை குரூப் நடத்துகிறார்களோ அத்தனை குரூப்புகளும் அசையாச் சொத்துக்களை பதிவு செய்யும் பத்திர பதிவு அலுவலகங்களில் சீட்டுப் பதிவாளராகவும் செயல்படும் பத்திர பதிவாளரிடம் தனித்தனியே பதிவு செய்யவேண்டும்.

பதிவு செய்வது என்றால் சீட்டு நடத்துபவர், அவர் நடத்துகிற ஒரு குரூப்பில் ஒரு மாதம் சேரக்கூடிய மொத்தத் தொகையை வங்கியில் டெபாசிட் செய்துவிட்டு, அந்த வைப்புப் பத்திரத்தை (FDR) பத்திர பதிவாளரிடம் பிணையாக ஒப்படைக்கவேண்டும். அப்படிச் செய்த பிறகுதான் அந்த குரூப்பைத் தொடங்க அனுமதி வழங்கப்படும். அப்படிப்பட்ட முன் அனுமதி ஆர்டர் இல்லாமல் எவரும் சீட்டு நடத்தக்கூடாது.

சட்டம் இப்படி நிர்ப்பந்திப்பதன் மூலம், சீட்டு நடத்துபவர் பணம் தராதபட்சம், பிணைத்தொகையில் இருந்து பதிவாளரால் சீட்டுக் கட்டியவருக்குப் பணம் தரமுடியும். ஆக, பதிவு செய்யப்பட்ட சீட்டுகளில் பணம் ஏமாற்றப்பட்டுவிடும் என்கிற ஆபத்து இல்லை.

சீட்டு நடத்துபவர் பற்றிய புகார்களை சீட்டுப் பதிவு பத்திர பதிவு அலுவலக அதிகாரியிடம் கொடுக்கலாம். அதேபோல சீட்டில் சேர்ந்துவிட்டு பணம் கட்டாவிட்டாலோ, அல்லது தள்ளி எடுப்பதில் தகராறு போன்றவை வந்தாலோ அதற்கும் பத்திர பதிவு அலுவலகத்தில் பணி புரியும், பத்திரப் பதிவாளரின் அதே ரேங்க்கில் உள்ள வேறு ஓர் அலுவலரான, ஆர்பிட்ரேட்டர் என்ற சமரச அதிகாரியை அணுகலாம்.

சீட்டு என்றால் அதிக பட்சம் 40% வரைதான் தள்ளு இருக்கலாம். ஏல முறையில் தள்ளு முடிவு செய்யப்படவேண்டும். ஏலம் ஒவ்வொரு மாதமும் குறிப்பிட்ட ஒரே நாளில் அதே குறிப்பிட்ட நேரத்தில்தான் நடத்தப்படவேண்டும். அனுமதி பெற்றிருந்தால் ஏல முறை இல்லாமல் முன்கூட்டியே அறிவிக்கப்பட்ட 30, 28, 26% என்ற விதங்களிலும் மாதத்தள்ளு தொகைகளை வைத்துக்கொள்ளலாம். ஆனால், எவருக்கு எந்த மாதம் என்பதை ஏல முறையில்தான் முடிவு செய்யவேண்டும்.

மொத்தத் தொகையில் 5% வரை சீட்டு நடத்துபவர் நிறுவனச் செலவுகளுக்கும் அவரது லாபத்துக்குமாக எடுத்துக்கொள்ளலாம். அதன் பெயர் 'போர்மென்ஸ் அல்லது ஏஜெண்ட்ஸ் கமிஷன்.'

மாதம் ஏலம் முடிந்தபிறகு, எவருக்கு எவ்வளவு பணம் கொடுக்கப்பட்டது போன்ற விபரங்களை மினிட்ஸ் ஆக எழுதி, உடன் பணம் உரியவருக்குப் பட்டுவாடா செய்யப்பட்டதற்கான ரசீதையும் பதிவாளர் அலுவலகத்தில் கொடுக்கவேண்டும்.

சீட்டுக் காலம் முடிந்து அனைவருக்கும் பணம் கொடுத்த பின், பிணையாகக் கொடுத்த வைப்பு ரசீதை சீட்டு நடத்துபவர் பெற்றுக் கொள்ளலாம்.

சீட்டுக் கம்பெனிகள் வேறு தொழில், வியாபாரம் செய்யக்கூடாது. தனி நபர்களும் சீட்டு நடத்தலாம். ஆனால் அது லட்ச ரூபாய்க்கு மேல் போகக் கூடாது. இருவர் என்றால் மொத்தச் சீட்டுத் தொகை இரண்டு லட்சம், மூவர் என்றால் 3 லட்சம். எவ்வளவு பேர் சேர்ந்து நிறுவனம் நடத்தினாலும் அதிக பட்சம் 6 லட்ச ரூபாய்க்கு மேல் சீட்டு நடத்தக் கூடாது. பதிவு செய்யப்பட்ட நிறுவனங்கள் (பிரைவேட் லிமிடெட் கம்பெனிகள்) அவர்களுடைய முதலைப்போல பத்து மடங்கிற்கு மட்டுமே சீட்டுகள் நடத்தலாம் என்கிறது சட்டம்.

சீட்டு என்றால் பயப்படவோ ஒதுங்கவோ தேவையில்லை. நடத்துகிற நிறுவனம் பற்றி பத்திர பதிவு அலுவலகத்தில் விசாரித்துத் தெரிந்துகொண்டு சேரலாம். காரணம், பணத்தைச் சேர்க்க சீட்டு கண்டிப்பாக ஒரு நல்ல வழி

4
பணத்தின் மதிப்பு போகப் போகக் குறையுமா?

கிடைக்கிற எல்லா வருமானத்தையும் செலவு செய்துவிடாமல், ஏதோ ஒரு தொகையை மீதம் செய்வது என்பது முதல் படி.

அப்படி மீதம் செய்த பணத்தை உண்டியலிலோ அல்லது டப்பாவிலோ வெறுமனே வைத்துக்கொண்டிருக்காமல் அல்லது அது கணிசமான தொகையாக வளரட்டும் என்று காத்திருக்காமல், மிச்சம் செய்த பணத்தை அந்த அந்த மாதமே வேறு ஒரு வளரும் வாய்ப்பிருக்கும் இடத்துக்கு மாற்றவேண்டும் என்பது இரண்டாம் நிலை.

சிலர் நினைக்கலாம், அதனால் என்ன பலன் என்று.

ஜெர்மனி நாட்டில் வேலை செய்யும் ஓர் இளைஞனின் தந்தை என்னிடம் பகிர்ந்துகொண்ட தகவல் இது. சென்னையில் படித்த அவன் ஜெர்மனி நாட்டில், ஒரு பெரிய கார் தயாரிக்கும் நிறுவனத்தின் வடிவமைப்பு டிபார்ட்மெண்டில் பணிபுரிகிறான். அவன் நன்றாகவே வேலைசெய்கிறான். நிறுவனத்திற்கும் அவன் செய்யும் வேலை நன்றாக இருப்பதாகவே படுகிறது. ஆனாலும் அவனுக்கு இந்த ஆண்டு இன்கிரிமெண்ட் வெறும் ஐந்து சதவிகிதம்தான் கொடுத்திருக் கிறார்கள்.

எதனால் ஐந்து சதவிகிதம் என்று குறிப்பிடாமல், வெறும் என்று அதைச் சொல்லுகிறேன் என்று தோன்றுகிறதா? சிலருக்குத் தெரிந்திருக்கலாம், நம் நாட்டில் பெரிய நிறுவனங்களில் நன்கு வேலை செய்பவருக்கு, மதிப்பான இன்கிரிமெண்ட் என்றால், அது 15

முதல் 30 சதவிகிதம்வரைகூட இருக்கும். ஆனால் நன்றாக வேலை செய்யும் அந்த இளைஞனுக்கு 5%தான் கொடுத்திருக்கிறார்கள். கொடுத்துவிட்டு, அந்த பேப்பரைக் கொடுத்த உயரதிகாரியே அதற்கான விளக்கமும் கொடுத்திருக்கிறார்.

'நீங்களே பார்த்திருப்பீர்கள். இங்கே எங்கள் நாட்டில் விலைவாசி உயர்வு என்பதே கடந்த சில ஆண்டுகளாக இல்லை. இரண்டு ஆண்டுகளுக்கு முன்பு என்ன வாடகையோ, பொருள்களுக்கு என்ன விலைகளோ, சேவைகளுக்கு என்ன கட்டணங்களோ அவையேதான் இன்னமும். அதாவது பணவீக்கம் என்பதே கிடையாது. அதனால், இன்கிரிமெண்ட் கொடுக்கத் தேவையில்லை. ஆனாலும் உங்களை தக்கவைத்துக்கொள்வதற்காக சிறிய சதவிகித இன்கிரிமெண்ட் கொடுக்கிறோம்'

விலைவாசி உயர்ந்தால் அதன் பெயர் பணவீக்கம். அதைத்தான் இன்பிளேஷன் என்கிறார்கள். விலைவாசி அப்படியே இருந்தால் பணவீக்கம் இல்லை. ஜெர்மனியில் பணவீக்கம் இல்லை. அதனால் போன ஆண்டு வாங்கிய அதே அளவு சம்பளத்தில் இந்த ஆண்டும் குடித்தனம் நடத்தலாம். ஆனால் இங்கே நம் நாட்டில் அப்படியா?

சில குறிப்பிட்ட அழுகும் பொருள்களைத் தவிர மற்ற பொருள்களின் விலைகள் அப்படியேவா இருக்கின்றன? தொடர்ந்து உயர்ந்து கொண்டேதானே போகின்றன! உங்களில் எத்தனை பேர் அரிசி கிலோ ஐம்பது ரூபாய்க்கும் அறுபது ரூபாய்க்கும் வெளிமார்க்கெட்டிலேயே வாங்கியிருப்பீர்கள். பால், பருப்பு, பழங்களின் விலைகள் முன்பு என்ன இருந்தன, இப்போது என்ன ஆகியிருக்கிறது? பெட்ரோல் என்ன விலை இருந்தது, இப்போதைய விலை என்ன? பஸ், ஆட்டோ, டாக்ஸி, ரயில் பேருந்து, மின் கட்டணங்களெல்லாம் ஆண்டுக்கு ஆண்டு அப்படியேவா இருக்கின்றன? இறக்கை கட்டிக்கொண்டு அல்லவா பறக்கின்றன!

அதுதான் பணவீக்கம். இரட்டை இலக்க பணவீக்கம் எல்லாம் நம் நாட்டில் சர்வசாதாரணம். அதாவது ஒவ்வொரு ஆண்டும் சராசரியாக பத்து சதவிகித விலைவாசி உயர்வு. ஜெர்மனியில் தற்போதைக்கு பணவீக்கம் இல்லை. அதனால் அவருக்குக் கொடுக்கப்பட்ட ஐந்து சதவிகிதம் இன்கிரிமெண்ட் தொகையே நல்லது தொகைதான்.

ஜப்பான் போன்ற சில நாடுகளில் பணவீக்கம் எனப்படும் இன்பிளேஷன் இல்லாதது மட்டுமல்ல, அதற்கு நேர் எதிர்மாறான டி-பிளேஷன் இருக்கிறது. அதாவது போகப் போக விலைவாசி குறைவது! உதாரணம் சொல்வதென்றால், போன மாதம் பால் விலை

லிட்டர் 30 ரூபாய். இந்த மாதம் 29 ரூபாய். அடுத்த ஆண்டு 27 ரூபாய். இப்படி எல்லாவற்றின் விலைகளும் குறைந்துகொண்டே போனால் அதன் பெயர் டி-பிளேஷன்.

டி-பிளேஷன் நிலவும் நாட்டில் வாழ்பவர்களின் பணத்தின் மதிப்பு என்ன ஆகும்? போகப் போக அதிகரித்துக்கொண்டே போகும். நாம் பார்த்த உதாரணத்தின்படி, ஒருவர் கையில் 90 ரூபாய் இருந்தால் அவர் இன்றே 3 லிட்டர் பால் வாங்கலாம். ஆனால், அவர் அந்த 90 ரூபாயை அப்படியே வீட்டுப் பணப்பெட்டியில் பத்திரமாக வைத்திருந்துவிட்டு அடுத்த ஆண்டு அதே 90 ரூபாய்க்கு பால் வாங்கினால் எவ்வளவு பால் வாங்கலாம்? மூன்று லிட்டரும் 330 மில்லியும் வாங்கலாம். காரணம் பால் விலை 30ல் இருந்து 27 ஆகக் குறைந்திருக்கும். ஆக, அவர்கள் நாட்டில் பணத்தின் மதிப்பு போகப்போக கூடிக்கொண்டே போகிறது.

நம் நாட்டில் என்ன ஆகிறது? இந்த ஆண்டு ரூ 30 என்றும் அடுத்த ஆண்டு ரூ 33 என்றும் உதாரணத்திற்கு வைத்துக்கொள்வோம். அப்படி யென்றால் இந்த ஆண்டு 90 ரூபாய்க்கு 3 லிட்டர் வாங்கலாம். அல்லது அந்தப் பணத்தை அப்படியே பத்திரமாக வைத்திருந்து, அதே 90 ரூபாய்க்கு 2 லிட்டரும் 720 மில்லியும் மட்டுமே வாங்கலாம். காரணம் விலைவாசி உயர்வு. ஆக, போகப் போகப் பணத்தின் உண்மையான மதிப்பு (ரியல் வேல்யூ ஆஃப் த மணி) பணவீக்கம் நிலவும் நாடுகளில் குறைந்துகொண்டே போகிறது.

அதனால்?

வருங்காலத்திற்காகச் சேமிக்கும் பணத்தை அப்படியே பணமாக வைத்திருந்தால், அதன் மதிப்பு குறைந்துபோய், குறைவான பொருள் களையே வாங்கமுடியும்.

அதனால்?

ஏறுகிற விலைவாசியைச் சமாளிக்க, விலைவாசி உயரும் வேகத்தைக் கட்டிலும் கூடுதலாக வளர வாய்ப்பிருக்கிற இடத்தில் பணத்தைப் போட்டு வைக்கவேண்டும். அப்படிச் செய்தால் விலைவாசி உயர்வு நம்மைப் பாதிக்காது.

உதாரணத்திற்கு, 100 ரூபாய் பொருள் விலை 108 ஆகிறபோது, நம்முடைய 100 ரூபாய் சேமிப்பு குறைந்தபட்சம் 108 அல்லது 110 ஆகியிருக்கவேண்டும்.

மாதம் ஒரு வட்டிக்கு பணம் கொடுப்பவர்கள் அவர்களது 100 ரூபாயை 112 ஆக்கிக்கொள்கிறார்கள். இரண்டு வட்டி என்றால் 100 ரூபாய் 124

ஆகிவிடுகிறது. ஆனால் உண்டியலிலோ, வீட்டுப் பணப்பெட்டியிலோ தூங்கும் ஒவ்வொரு 100 ரூபாயும் 100 ரூபாயாகவே இருந்துவிடுகிறது.

வங்கிக்கணக்கில் சும்மா கிடக்கும் பணம் 4 முதல் 6 % வட்டி மட்டுமே சம்பாதித்து 104 அல்லது 106 ரூபாய் ஆகிறது.

100 ரூபாய் விற்ற பொருள் 110 ரூபாய் ஆகும்போது, 104, 106, 108, மற்றும் 109 ஆன சேமிப்பெல்லாம் தோற்றுவிடுகின்றன. இதனால் முன்னேற்றம் தடைப்படுகிறது. வாழ்க்கைத் தரம் குறைய ஆரம்பிக்கிறது.

இந்தக் காரணத்தினால்தான், சேமிப்பதை அவ்வப்போது சரியான இடங்களில் முதலீடு செய்துவிடவேண்டும் என்கிறோம். அப்படிப் பட்ட ஒரு சேமிப்பை வளர வைக்கிற முதலீடுகள்தான் சிட் பண்டுகள், வங்கி அல்லது அஞ்சலகத் தொடர் சேமிப்புத் திட்டங்கள்.

இவை மூன்றுக்கும் இடையே வேறுபாடுகள் உண்டு. எது சிறந்தது தெரியுமா?

5
ஷேரில் இறங்கி ஒரு கை பார்க்கலாமா?

ஒரு வேலை நாள் மதிய நேரம். செல்போனில் என்னிடம் பேசினார் ஒரு வாசகி. 'ஓர் ஆலோசனை வேண்டும், கேட்கலாமா' என்றார். 'கேளுங்கள்' என்றேன்.

'என் வீட்டுக்காரர் அலுவலகம் போய்விடுகிறார். மகள் பள்ளிக்குப் போய்விடுகிறாள். நான் பி.எஸ்.சி. படித்திருக்கிறேன். சில ஆண்டுகளுக்கு முன்பு வேலைக்குப் போய்க்கொண்டிருந்தேன். இப்போது இல்லை.' சொல்லிவிட்டு மீண்டும் சில வினாடிகள் இடைவெளி கொடுத்தார்.

'அதனால்!'

'ஷேர் பிசினெஸ் செய்யலாம் என்று நினைக்கிறேன்'

'ஷேர் பிசினெஸ்?'

'ஆமாம். இப்போதுதான் மார்க்கெட் நன்றாக உயர்ந்திருக்கிறதே. நானும் சும்மாதானே இருக்கிறேன்.'

'நீங்கள் சொல்வது இரண்டுமே உண்மைதான். பங்குச் சந்தை கடந்த ஓர் ஆண்டில் நன்றாக உயர்ந்திருக்கிறது. அதேபோல முழுநேர வேலைக்குப் போகாததால் உங்கள் வசம் தினசரி கணிசமான அளவு நேரம் இருக்கலாம்.'

'அப்படியென்றால் நான் ஷேர் பிசினெஸ் செய்யலாமில்லையா?'

அவருக்குச் சில ஆலோசனைகள் சொல்லிவிட்டு போனை வைத்தேன். அதன்பிறகு, 'ஊடகங்களில் பங்குச் சந்தை பற்றி அடிக்கடி செய்திகள் வருவதால் இன்னும் எவ்வளவோ நபர்கள் இப்படி நினைக்க, செயல் பட வாய்ப்பு இருக்கிறதே. அதனால் இதைப்பற்றி எழுதிவிடலாமே' என்று தோன்றியது. அதனால் மற்றவகை சேமிப்புகளைப் பற்றிப் பார்க்கும் முன்னர், துள்ளிக் குதித்துக் கொண்டிருக்கும் பங்குகளில் முதலீடு பற்றிப் பார்ப்போம்.

●

சரியாகச் சொல்வதென்றால் நரேந்திர மோடி பாரதிய ஜனதா கட்சியின் பிரதமர் வேட்பாளராக அறிவிக்கப்பட்ட நாளில் இருந்தே பங்குச் சந்தை உயர்ந்து வருகிறது. ஒட்டு மொத்த சந்தை என்று பார்த்தால் கடந்த 2014ம் ஆண்டில் மட்டும் சுமார் 30% உயர்ந்திருக்கிறது. அரவிந்த் மில்ஸ், ஜே.கே லக்ஷ்மி சிமிண்ட், அத்துல் போன்ற சில பங்குகள் ஓர் ஆண்டில் மூன்று, நான்கு மடங்குகளும் NBCC போன்ற வெகு சில பங்குகள் ஐந்து மடங்குக்கு மேலும் விலை உயர்ந்திருக்கின்றன.

2003, 2004ம் ஆண்டுகளில் நிலவியது போன்ற எழுச்சி இந்திய பங்குச் சந்தைகளில் 2014ல் காணப்படுகிறது. மற்ற அரசியல் மற்றும் உலக அளவிலான பிரச்னைகள் ஏதும் வராத பட்சத்தில் இந்த எழுச்சி அடுத்த சில ஆண்டுகளுக்குத் தொடரும் என்பது வல்லுனர்களின் கணிப்பு.

ஏழு எட்டு ஆண்டுகளுக்கு ஒருமுறை வரும் புல் ரன் என்று அழைக்கப்படும் காளை ஓட்டம் இந்திய பங்குச் சந்தைகளில் தொடங்கியிருப்பதாகத் தெரிகிறது. இந்த வாய்ப்பை சிலர் அற்புதமாக பயன்படுத்திக் கொண்டிருக்கிறார்கள். பணம் பண்ணிக்கொண்டிருக்கிறார்கள்.

நிற்க. மேலே சொல்லப்பட்டிருப்பவை எவ்வளவு நிஜமோ அதே அளவு நிஜம், பங்குச் சந்தை மிகப்பெரிய எழுச்சி கண்டிருக்கும் அதே கடந்த ஓராண்டில் பங்கு வர்த்தகத்தில் ஈடுபட்டு, சில ஆயிரங்கள் முதல், பல லட்சங்கள் வரை நட்டப்பட்டவர்களும் ஏராளமானவர்கள். அப்படிப்பட்டவர்களையும் நான் சந்தித்துக்கொண்டிருக்கிறேன்.

பங்குச் சந்தைக்குப் புதியவர்களுக்கு இதுபற்றித் தெரியாதவர்களுக்கு இந்த மாறுபாடு ஆச்சரியமாகவும், பங்குச் சந்தையில் முன் அனுபவம் இருப்பவர்களுக்கு, பங்குச் சந்தையில் இது சகஜமாகவும் தோன்றும்.

வங்கிகளில் பணத்தை டெபாசிட் செய்தால் அதற்கு வட்டி தருவார்கள். என்ன வட்டிக்குப் போடுகிறோமோ, அந்த வட்டி

கட்டாயம் கிடைக்கும். வட்டி ஆண்டுக்கு 8 முதல் 9.50% வரை இருக்கும். ஆயிரம் ரூபாய்க்கு ஆண்டுக்கு 80 முதல் 95 ரூபாய்வரை வட்டி கிடைக்கும். இப்படி நிச்சயமான தொகையை வருமானமாகத் தரும் முதலீடுகளுக்கு குறிப்பிட்ட வருமானம் தரும் முதலீடுகள் - Fixed return investments- என்று பெயர். குறைவானதாக இருந்தாலும் நிச்சயமானது. முதலுக்கும் மோசமில்லை. உழைத்த பணம் பத்திரமாக இருக்கும்.

வாலண்டரி ரிட்டயர்மெண்ட், ரிட்டயர்மெண்ட் ஆகியவற்றில் கிடைத்த பணத்தை இப்படிப்பட்ட நிச்சய வருமானம் தரும், முதலுக்கு மோசம் வராத Fixed return investments களில்தான் அதிலும் குறிப்பாக பொதுத்துறை வங்கிகளில் போட்டுவைக்க வேண்டும். வருமானம் சற்றுக் குறைவாக இருந்தாலும் பரவாயில்லை என்று.

வங்கிகள் பிக்சட் டெபாசிட்டுகளுக்கு கொடுக்கும் வட்டி வருமானம் மிகக் குறைவாக இருக்கிறதே. மேலும் என் வயது குறைவுதான். ரிட்டயர்மெண்டுக்கெல்லாம் இன்னும் பல ஆண்டுகள் இருக்கின்றன. என்னால் இன்னும் கொஞ்சம் ரிஸ்க் எடுக்க முடியுமே என்பவர்கள், சீட்டுக்கட்டுவது போன்றவற்றில் ஈடுபடலாம்.

கணக்குப் போட்டுப் பார்த்தால் சீட்டு போட்டுவிட்டு, தள்ளு போக கட்டுபவர்களுக்குக் கிடைக்கும் ஆதாயம் 18 முதல் அவர்கள் சேர்ந்திருக்கும் குரூப், அதில் போகும் ஏலத் தொகைகள் பொருத்து 24% வரை கூட இருக்கலாம்.

பெரும்பாலான சீட்டுகளிலும் முதலுக்கு மோசமில்லை. கட்டுகிற பணம் முன்பாகவோ அல்லது சீட்டு முடிந்த பிறகோ கண்டிப்பாகக் கிடைத்துவிடும்.

Fixed return investmentsக்கு நேர் எதிரானவை Variable return investments. வங்கி டெபாசிட்டுக்கு கிடைக்கும் வட்டி மாறாதது மற்றும் உறுதியானது என்றால், வேறு சிலவற்றில் செய்யும் முதலீடுகளுக்கு கிடைக்கும் வருமானம் ஆண்டுக்கு ஆண்டே கூட மாறுபடக்கூடியது.

உதாரணத்திற்கு பங்குகளில் செய்யப்படும் முதலீடு. வங்கிகளில் நம் பணத்தை டெபாசிட் செய்தால் அதற்கு வட்டி தருவார்கள். அதே போல நம்முடைய பணத்தை பங்குகளில் முதலீடு செய்தால், அதற்கு டிவிடெண்ட் தருவார்கள். டிவிடெண்ட் என்பதை தமிழில் பங்காதாயம் என்று சொல்வார்கள்.

உதாரணத்திற்கு கரூர் வைசியா வங்கியை எடுத்துக்கொள்ளலாம். அந்த வங்கியில் மாலா என்பவர் ஆயிரம் ரூபாய் 2013 ஆம் ஆண்டு

டெபாசிட் செய்கிறார். அவர் பெயரில் பிக்சட் டெபாசிட் ரசீது தருகிறார்கள். பன்னிரண்டு மாதங்கள் கழித்து, 2014ம் ஆண்டில் அவருக்கு வட்டியாக ரூபாய் 90 தருகிறார்கள். தவிர, மாலாவிற்கு அவரது டெபாசிட் தொகையான ரூபாய் ஆயிரத்தையும் திருப்பிக் கொடுத்துவிட்டார்கள்.

கவிதா என்கிற வேறு ஒருவர் ஆயிரம் ரூபாயை அதே 2013ம் ஆண்டு, பங்குகளில் முதலீடுசெய்ய முடிவெடுக்கிறார். தற்செயலாக அவர் கரூர் வைசியா வங்கிப் பங்குகளை சந்தையில் வாங்க முடிவு செய்கிறார். அப்போது அதன் ஒரு பங்கு விலை ரூ 330. கவிதா அவரது ஆயிரம் ரூபாய்க்கு மூன்று கரூர் வைசியா வங்கிப் பங்குகள் வாங்குகிறார்.

நிலம் பெயர் மாறுவதுபோல, அந்த மூன்று பங்குகளும் மீனாவின் பெயருக்கு மாற்றப்படுகின்றன. கவிதா அந்தச் சிறிய அளவில் கரூர் வைசியா வங்கியின் பங்குதாரர் ஆகிவிட்டார். 2013-14ம் ஆண்டு முடிவில் அந்த ஆண்டுக்கான லாப நட்டக்கணக்கை கரூர் வைசியா வங்கி மேலாண் நிர்வாகம் பார்க்கிறது. பின்பு பங்குதாரர்களுக்கு 130% பங்காதாயம் (டிவிடெண்ட்) தர முடிவு செய்து ஒப்புதலும் பெறுகிறது.

130% டிவிடெண்ட் என்றால் ஒவ்வொரு பங்கிற்கும் 13 ரூபாய். கவிதாவுக்கு அந்த விதத்தில் அவரது மூன்று பங்குகளுக்கு 39 ரூபாய் அனுப்புகிறார்கள்.

1000 ரூபாயை வங்கியில் டெபாசிட் செய்த மாலா பெற்ற வட்டி வருமானம் 90. ஆயிரம் ரூபாயை பங்குகளில் முதலீடு செய்த கவிதா பெற்ற டிவிடெண்ட் வருமானம் 39 ரூபாய்.

இதில் யார் செய்தது சரி?

6
எல்லாம் ஒன்றல்ல

சென்ற அத்தியாயத்தில் மாலா மற்றும் கவிதா ஆகியோர் செய்த முதலீடுகள் பற்றிப் பார்த்தோம். வங்கியில் 1000 ரூபாய் டெபாசிட் செய்த மாலாவிற்கு 90 ரூபாய் ஆண்டு வட்டி வருமானம். போட்ட 1000 ரூபாய் அப்படியே வாபஸ்.

கரூர் வைசியா பங்கினில் 1000 ரூபாய் முதலீடு செய்த கவிதா பெற்ற டிவிடெண்ட் வருமானம் ரூ 39.

இந்த இரண்டில் எது சரி என்று பார்த்தால் கூடுதல் வருமானம் தந்த வங்கி டெபாசிட்தான் என்று சின்னக் குழந்தைகூடச் சொல்லிவிடுமே என்று சிலர் நினைக்கலாம். கரெக்ட்... அப்படி சின்னக் குழந்தைகள் தான் சொல்வார்கள். பெரியவர்கள், விபரம் தெரிந்தவர்கள் எடுத்தோம் கவிழ்த்தோம் என்று சொல்லமாட்டார்கள். மேல் விபரங்கள் கேட்பார்கள்.

'என்ன மேல் விபரங்கள்?'

'மாலாவின் டெபாசிட் தொகை ஆயிரம் அப்படியே திரும்ப வரும் என்றீர்கள். ஆனால் கவிதா பங்குகளில் போட்ட பணம் அப்படி வந்ததா என்று சொல்லவில்லையே என்று கேட்கவேண்டும்.'

'சரி, கேட்டால் என்ன பதில் சொல்வீர்கள்?'

'அது மட்டுமல்ல. இன்னும் சில விபரங்களும் கேட்க வேண்டும்.'

'எது போல?'

கரூர் வைசியா வங்கி ஒவ்வொரு ஆண்டும் ஒரேபோல 130% டிவிடெண்ட் கொடுப்பார்களா மற்றும், 330 ரூபாய் பங்கு ஒவ்வொன்றுக்கும் 130% என்றால் மூன்று பங்குகளுக்கு வெறும் 39 தானா வரும்?

இவை போக மேலும் ஒரு கேள்வியும் இருக்கிறது. அது வருமான வரி பற்றியது. அதை சற்றுப் பின்னால் பார்த்துக்கொள்ளலாம். இப்போதைக்கு முதல் இரண்டு கேள்விகளுக்கான பதில்கள்.

பங்குச் சந்தையில் போட்ட ஆயிரம் ரூபாய் முதலீடு பிக்சட் டெபாசிட்டில் போட்ட தொகைபோல அப்படியே இருக்காது. பங்கு விலைகளின் ஏற்ற இறக்கத்துக்கு ஏற்ப கவிதா போட்ட முதல் தொகையின் பணத்தின் மதிப்பும் மாறும்.

கவிதா வாங்கியது கரூர் வைசியா நிறுவனத்தின் பங்குகளை. வாங்கியது 3 பங்குகள். வாங்கிய விலை ரூ 330. அதெல்லாம் ஓராண்டுக்கு முன்பு 2013ல்.

2014ல் அதன் நிலைமை வேறு. சந்தை மொத்தமுமே உயர் நிலைக்குப் போய்விட்டது. கரூர் வைசியா வங்கியின் பங்கு விலைகளும் உயர்ந்திருக்கலாம். தொலைக் காட்சியிலோ அல்லது இண்டர்நெட்டிலோ அல்லது பங்கு விலைகள் வெளியிடப்படும் ஆங்கில தினசரிகளிலோ கரூர் வைசியா வங்கிப் பங்கின் விலை என்ன என்று கவிதா தேடிப்பார்க்கிறார்.

அட! ஒரு பங்கின் விலை 500 ரூபாயா என்று ஆச்சரியப்படுகிறார். ஆமாம் அவர் கவனித்த சமயம் அதன் ஒரு பங்கு விலை ரூபாய் 500. பின்பு நவம்பர் 2016ல் 10 ரூபாய் முகமதிப்புள்ள கரூர் வைசியா வங்கிப் பங்குகளை 2 ரூபாய் முகமதிப்புள்ள 5 பங்குகளாகப் பிரித்து விட்டார்கள்.

கவிதா என்ன செய்யலாம்?

அடேயப்பா ஒன்றுக்கு பாதி விலை உயர்ந்திருக்கிறதே. மூன்று பங்குகள் 1000 ரூபாய்க்கு வாங்கினோம். அதன் சந்தை மதிப்பு இப்போது 500X3= 1500 ஆகிவிட்டதே என்று பங்குகளை விற்று லாபத்தை கையில் பிடிக்கலாம். ஒரு நிலத்தை நாம் வாங்கிய உடனே விலை உயர்ந்து, அதை நாம் உடனே விற்று லாபத்தை கையில் பிடிப்பதுபோலத்தான் இதுவும். போட்ட முதலின் மதிப்பு அதிகரிப்பதை ஆங்கிலத்தில், 'கேப்பிடல் அப்பிரிசியேஷன்' என்பார்கள்.

கவிதா அப்படிச் செய்யும் பட்சம் அவருடைய 1000 ரூபாய் முதலீட்டுக்கு 39 ரூபாய் டிவிடெண்ட் மற்றும் 500 ரூபாய் லாபமும் கிடைத்திருக்கிறது. மொத்தத்தில் 539 ரூபாய் வருமானம்.

பிக்சட் டெபாசிட்டில் 1000 ரூபாய்க்கு 90 ரூபாய் வட்டி மட்டும்தான். முதலீடு அப்படியே அதே ஆயிரமாகத் திருப்பித் தரப்பட்டது.

'சரி, ஒருவேளை, 'பங்குச் சந்தைதொடர்ந்து நன்றாகவே இருக்கும். தவிர கரூர் வைசியா வங்கிப் பங்கின் விலை மேலும் உயரும்' என்று கவிதா கணித்தால் அல்லது விபரம் தெரிந்தவர்களால் கவிதா அறிவுறுத்தப்பட்டால், அவர் என்ன செய்வார்?'

'தனது மூன்று பங்குகளையும் விற்காமல் வைத்திருப்பார்.'

'விலை என்ன ஆகும்?'

நவம்பர் 21ம் தேதி அதன் விலை 530. பங்கு ஒன்றுக்கு மேலும் 30 ரூபாய்கள் உயர்ந்துவிட்டது. மூன்று பங்குகளுக்கு இன்னொரு 90. ரூபாய்கள். மொத்தத்தில் 590 ரூ + 39 ரூ டிவிடெண்ட்.

இப்படியெல்லாம் வாய்ப்பிருக்கும்போது ஏன் வீணாக வங்கியில் பிக்சட் டெபாசிட் போட்டுக்கொண்டு என்ற கேள்வி வருகிறதா?

நிற்க. அங்கேதான் விஷயம் இருக்கிறது. நாம் பார்த்த கரூர் வைசியா வங்கி உதாரணம் நிஜம். அந்த எண்கள் கற்பனை இல்லை. ஆனால்...

ஆனால் என்ன?

எல்லா பங்குகளும் இப்படி டிவிடெண்ட் தராது. விலை உயராது. அதுதான் பங்குச் சந்தை. பகடை பன்னிரண்டு எப்போதும் விழுமென்று சொல்லமுடியுமா? முடியாது. அவ்வளவு ஏன், அதே கரூர் வைசியா பங்கு விலை மார்ச் 2019ல் ரூபாய் 70. அதாவது 2 ரூபாய் பங்கு 70 ரூபாய். 10 ரூபாய் பங்குக்கு கணக்குப் போட்டால் ரூபாய் 350.

மாலா, கவிதாவை அடுத்து மூன்றாவதாக ஒரு நபரைப் பார்க்கலாம். அவர் பெயர் மீனா. சென்ற ஜூன் மாதம் மீனா என்பவர் பங்குகளில் ஆர்வம் கொண்டு பங்குத் தரகர் ஒருவரை அணுகி, எந்தப் பங்கு வாங்கலாம் என்று ஆலோசனை கேட்டிருக்கிறார்.

தரகர் சொல்லியிருக்கிறார், 'இந்தியாவில் மின் பற்றாக்குறை அதிகம்... இப்போது புதிய நிலையான அரசு வந்திருக்கிறது. அதிலும் குறிப்பாக மோடி பிரதமர் ஆகியிருக்கிறார். அவர் முதலமைச்சர் ஆக இருந்த குஜராத் மாநிலத்தில் மின் பற்றாக்குறை இல்லை. குஜராத்தில்

செய்ததுபோலவே அவர் இந்தியா முழுமையும் செய்வார். அதனால், மின் உற்பத்தித்துறையில் இருக்கும் பங்குகள் விலை உயரும் வாய்ப்பு பிரகாசமாக இருக்கிறது.'

மின்சார உற்பத்தித் துறையில் முக்கிய நிறுவனங்களில் ஒன்றான ரிலையன்ஸ் பவர் பங்குகள் வாங்க முடிவு செய்த மீனா 18.06.14 அன்று, ரூபாய் 101 என்ற விலையில் தன்னிடம் இருந்த 1000 ரூபாய்க்கு பத்து ரிலையன்ஸ் பவர் பங்குகள் வாங்கினார்.

ஓர் ஆண்டெல்லாம் வைத்திருக்கவில்லை. 20.10.14 அன்று தற்செயலாக ஈ.டி. நவ் தொலைக்காட்சி பார்த்தார். ரிலையன்ஸ் பவர் விலையைக் கவனித்தார். அதன் அன்றைய விலை 70 ரூபாய். பத்து பங்குகளுக்கு 700 ரூபாய். அடடா! அவர் போட்ட முதலில் 300 ரூபாய் சுளையாகக் காணாமல் போய்விட்டது.

தவிர, ரிலையன்ஸ் பவர் நிறுவனம் லாபமீட்டாத காரணத்தால் பங்குதாரர்கள் எவருக்கும் டிவிடெண்டே தருவதில்லை. தரிசாகக் கிடக்கிற நிலம்போல. ஆக டிவிடெண்ட் வருமானம் மீனாவிற்கு வரவில்லை. எரிச்சலாகிப் போனவர், தொடர்ந்து வைத்திருந்தால் விலை இன்னும் எவ்வளவெல்லாம் கீழே போகுமோ என்று பயந்து, தரகரை போனில்,அழைத்து தனது 10 பங்குகளையும் உடனடியாக விற்றுவிடச் சொன்னார்.

முடிந்தது கதை. மீனா booked the Loss. வருமானம் ஜீரோ. போட்ட முதலில் ரூ 300 அவுட். குதிரை கீழே தள்ளியது மட்டுமில்லாமல் குழியும் பறித்துவிட்டது.

அதே பங்குச் சந்தை முதலீடுதான். அதே காளை ஓட்ட ஆரம்ப காலகட்டம்தான். ஒருவருக்கு 539 கிடைத்தது. வேறு ஒருவருக்கு ஏதும் கிடக்காதது மட்டுமல்ல... போட்ட பணத்தில் ரூ 300 கோவிந்தா. நல்லவேளை விற்றார் என்று சொல்லுமளவு ஆகிவிட்டது அதன் விலை.

மார்ச் 2019ல் விலை ரூ. 11 மட்டுமே.

முன்பு கேட்ட கேள்விகளுக்கு எல்லாம் பதில் கிடைத்திருக்குமே. ஆமாம், எல்லா நிறுவனங்களும் டிவிடெண்ட் கொடுப்பதில்லை. கொடுத்தாலும் ஒரே அளவு கொடுப்பதில்லை. கொடுப்பவர்களும் அதன் சந்தை விலையில் டிவிடெண்ட் கொடுக்கமாட்டார்கள், அதன் முகமதிப்பு -பேஸ் வேல்யு- விற்குத்தான் கொடுப்பார்கள். கரூர் வைசியா வங்கிப் பங்கின் முக மதிப்பு ரூ 10 தான். ரிலையன்ஸ் பவர்

நிறுவனத்தின் பங்கு முக மதிப்பு ரூ 5 தான். அந்த 10 அல்லது 5 ரூ பங்குகளைத்தான் சந்தையில் 330 அல்லது 101 அல்லது 530 அல்லது 70 என்ற விலைகளில் வாங்கி விற்கிறார்கள்.

பங்கு தேர்வு தவறாகிப் போனாலோ அல்லது சந்தை நிலவரம் மாறிப்போனாலோ, பங்கு விலைகள் கீழே போகும்.

பங்குச் சந்தையில் கவிதாவிற்கு கிடைத்தது போலவும் கிடைக்கலாம் அல்லது மீனாவிற்குப் போனது போலவும் போகலாம். அதனால்தான் மாலா போன்ற சிலர், குறைவாக இருந்தாலும் சரி, வங்கி டெபாசிட்டுகளே சரி, அங்குதான் முதலுக்கு பாதுகாப்பு என்று இருந்து விடுகிறார்கள்.

அப்படியென்றால் பங்குச் சந்தைப் பக்கம் போகவேண்டாம் என்கிறீர்களா?

பரஸ்பர நிதி பாதுகாப்பானது என்கிறார்களே!

பங்குகள் வேறு... பரஸ்பர நிதிகள் வேறா?

7

பிரித்துப் போடும், பேலன்ஸ்டு அப்ரோச்

நம் முன் மொத்தம் நான்கு கேள்விகள் நிற்கின்றன. முதல் கேள்வி, பலருக்கும் லாபத்தைக் கொட்டிக்கொடுக்கும் பங்குச்சந்தை பக்கம் நாம் போகலாமா கூடாதா? இரண்டாவது கேள்வி பாதுகாப்பானது என்பதற்காக ஒரு வட்டிக்கும் குறைவாக வருமானம் தரும் வங்கி வைப்புகள் போன்றவற்றில் மட்டுமே சேமிப்பைப் போட்டு வைக்க வேண்டுமா? மூன்றாவது கேள்வி, தொடர்ந்து உயரும் விலைவாசி யினால் கையில் இருக்கும் சேமிப்பின் 'வாங்கு சக்தி' குறைகிறதே! நிலைமையைச் சமாளிப்பது எப்படி? நான்காவது கேள்வி, பங்குகள் வேறு பரஸ்பர நிதிகள் வேறா?

எல்லாமே முக்கியமான கேள்விகள். ஒவ்வொன்றாகப் பார்ப்போம்.

உயரும் விலைவாசி யதார்த்தம். அதைப்பற்றி வருத்தப்படலாமே தவிர, தவிர்க்க முடியாது. அது நம் கையில் இல்லை. எல்லோருமே கட்டாயம் சமாளித்தாக வேண்டிய வில்லன் அது. ஒரே தீர்வு வருமானத்தைத் தொடர்ந்து அதிகரித்துக்கொண்டே போவதுதான்.

வேலைக்குப் போய் சம்பாதிப்பவர்களில் சிலருக்கு ஆண்டுக்கு ஆண்டு கிடைக்கும் இன்கிரிமெண்ட் மூலம் அதை ஓரளவு ஈடுகட்டலாம். அந்த வாய்ப்பு, சிலருக்குத்தான். அதுவும் ஓரளவுக்குத்தான். ஆகவே, அனைவருமே, சேமிக்கவேண்டும். சேமிப்பை கணிசமான வருமானம் தரும் இடங்களில் முதலீடு செய்யவேண்டும். இதுதான் விலைவாசி உயர்வு நம் வாழ்க்கைத் தரத்தைக் குறைக்கவிடாமல் பார்த்துக்கொள்ளும் வழி.

முதலீட்டு வாய்ப்புகள் என்பதில் தங்கம், இடம்/நிலம், வங்கி வைப்புகள், பங்குகள், பரஸ்பர நிதித்திட்டங்கள் போன்றவை அடங்கும்.

தங்கமும் காலி மனைகளும் வருமானம் தராது. விலை மாற்றம் வரலாம் ஆனால் வருமான சாத்தியம் இல்லை. அதனால், அவற்றைப் பின்னால் பார்ப்போம்.

மீதம் இருப்பவை வங்கி மற்றும் கம்பெனிகள், அஞ்சலகங்களின் டெபாசிட்டுகள் மற்றும் அரசு பத்திரங்களில் செய்யப்படும் டெபாசிட்டுகள். இவற்றில் செய்யப்படும் முதலீடு பத்திரமாக இருக்கும். ஆனால் வருமானம் குறைவாக இருக்கும்.

பங்குகளில் முதலீடு செய்தால், போட்ட பணம் பெருகலாம் அல்லது குறையலாம். வருமானம் கூடுதலாகக் கிடைக்கலாம், ஏன்... ஏதும் இல்லாமலும் போகலாம். இதுதான் நிலைமை.

என்ன செய்ய?

வீட்டுப் பெரியவர்கள் ஆசீர்வாதம் செய்யும்போது என்ன சொல்லி வாழ்த்துவார்கள்? பெரிய பணக்காரன் ஆகிவிடு என்றா? சிலர் அப்படி வாழ்த்துவது உண்டு.

'நல்ல வேலை கிடைக்கட்டும்', 'சீக்கிரமே வரன் அமையட்டும்', 'மன அமைதி உண்டாகட்டும்', 'சௌக்கியமாக இரு' இப்படியெல்லாமும் செய்வார்கள்தானே! இவை தவிர, 'பதினாறும் பெற்று பெருவாழ்வு வாழ்' என்றும் சில பெரியவர்கள் ஆசீர்வதிப்பார்கள் அல்லவா? காரணம், நன்மை என்பது ஏதோ ஒன்றில் மட்டும் அல்ல. வளங்கள் என்றால் பதினாறு வகை! எல்லாம் உனக்கு கிடைக்கட்டும் என்பது அவர்கள் எண்ணம். பிரமாதமான வாழ்த்து இல்லையா?

சாப்பாடு எப்படி இருக்க வேண்டும்? வேக வைத்தது, பொரித்தது, வதக்கியது, பச்சையாக சாப்பிடக்கூடியது என்கிற விதங்களில் மட்டுமல்ல. தானியங்கள், பருப்பு வகைகள், பழங்கள், காய்கறிகள், கிழங்குகள், கொட்டைகள் என்ற விதங்களிலும் பலவாறாக இருக்க வேண்டும். சுவையிலும் ஒன்றல்ல, ஆறுவகைகள். சத்துகளா? பலவும் கலந்து அது சரிவிகிதத்தில் இருக்கவேண்டும்.

இவையெல்லாம் இப்படி பலவாக இருக்க, முதலீட்டில் மட்டும் ஏன் ஒரேயடியாக பாதுகாப்பு மட்டும் தேடியோ அல்லது 'என்ன ரிஸ்க் எடுப்பதென்றாலும் சரி, கூடுதல் வருமான வாய்ப்பிருப்பவை மட்டுமே' என்கிற 'ஒற்றை இட' அணுகுமுறை?

சேமித்த பணத்தை முதலீடு செய்வதிலும் இப்படி ஒரு 'பேலன்ஸ்டு அப்ரோச்' வேண்டும். கொஞ்சம் தங்கம், குடியிருக்க வீடு அல்லது பின்னால் கட்டிக்கொள்ள மனை, இன்ஷூரன்ஸ், வங்கி வைப்புகள், கொஞ்சம் பரஸ்பர நிதி மற்றும் ஓரளவு பங்குகள் என்று செய்பவர்கள் இருக்கிறார்கள்.

'அப்படியென்றால்..?'

'மேலே சொல்லப்பட்டிருப்பவற்றில் இருந்து எவ்வளவோ அர்த்தம் செய்துகொள்ளலாம்'

'எப்படி?'

சொல்லியிருப்பவற்றின் வரிசையை வைத்து ஓர் அர்த்தம் செய்து கொள்ளலாம். ஆரம்ப கால முதலீடுகளாக தங்கத்தையும் மனையையும் எடுத்துக்கொள்ளலாம். அவை அடித்தளம்போல. வருமானம் கொடுக்கா விட்டாலும் தங்கமும் இடமும் காலப்போக்கில் விலை உயர்ந்து போட்ட பணத்தின் மதிப்பை பெருகவைக்கும். தவிர, போட்ட பணம் போகாது என்கிற தெம்பையும் கொடுக்கும். அந்த முதலீடுகளில் புரிந்துகொள்ள முடியாத சிக்கல்களும் குறைவு.

'அதனால்?'

'இவற்றை முற்றிலும் தவிர்க்க வேண்டாம். அதேபோல, இவை மட்டுமே என்று எல்லா சேமிப்பையும் தங்கத்திலேயே போட வேண்டாம்!'

'சீட்டுக் கட்டுவது நல்லதுதான். அதற்காக சேமிக்கக்கூடிய எல்லாத் தொகையையும் எப்போதும் அடுத்து அடுத்து என சீட்டுக்களிலேயே போட்டுக்கொண்டிருக்க வேண்டாம்!'

'அப்படியா? முன்பு சீட்டுக் கட்டுவது நல்லது என்று சொன்னீர்களே!?'

'சீட்டுக் கட்டுவது சேமிப்பதற்கான நல்ல வழிதான். ஆனால், அதை மட்டுமே செய்யவேண்டாம். சரிவிகித உணவுபோல, முதலீட்டில் எல்லாம் இருக்கவேண்டும் என்பதால், அதை ஓரளவுடன் நிறுத்திக் கொள்ளவேண்டும். உடன் இன்ஷூரன்ஸ் போன்ற முக்கியமான பாதுகாப்புகளையும் செய்துகொள்ள வேண்டும். சீட்டுக் கட்டுவது போல, இன்ஷூரன்ஸ் பிரீமியத்தையும் மாதாமாதம் கட்டலாம். அதுவும் ஒருவகையில் சேமிப்புதான். முதலீடுதான்!'

'அதனால்தான் அது அடுத்ததாகச் சொல்லப்படுகிறதா?'

‘தங்கம் மற்றும் வீட்டு மனைக்கும் முன்பாக என்றுகூட இன்ஷுரன்ஸை சொல்லலாம். காரணம், இன்ஷுரன்ஸை எவ்வளவு சீக்கிரம் துவங்குகிறோமோ அவ்வளவு நல்லது!’

‘நல்லது என்றால்?’

‘ஆயுள் காப்பீட்டு இன்ஷுரன்ஸ் என்பது, துரதிஷ்டவசமாக ஒருவருக்கு ஏதேனும் ஆகிவிட்டால், அவரது குடும்பத்தினருக்கு, காப்பீட்டுத் தொகை வழங்கப்படும் என்பது தெரிந்ததுதான். ஆனால் ஏனோ பலரும் செய்வதில்லை. செய்துகொள்ளவேண்டும். சின்ன வயதில் இன்ஷுரன்ஸ் எடுத்தால், மருத்துவ பரிசோதனைகள் இல்லாமல் சுலபமாக எடுக்கலாம். பெரிய தொகைக்கே சிறிய பிரீமியம் கட்டினால் போதுமானது என்பார்கள். கட்டும் சிரமம் தெரியாது. கட்டுகிற தொகைக்கு வருமான வரி விலக்கும் கிடைக்கும்.’

‘இன்ஷுரன்ஸ் என்றால் எப்படிப்பட்ட இன்ஷுரன்ஸ் எடுக்க வேண்டும்?’

‘இன்ஷுரன்ஸ் விவரங்களை தனியாக விரிவாகவே பின்னால் பார்க்கலாம். இப்போதைக்கு, ‘முதலீடுகளில் பேலன்ஸ்டு அப்ரோச்’ என்ற மொத்தப் பார்வை மட்டும்’

‘சரி, அடுத்த முதலீடு?’

‘வருமானம் குறைவாகத் தந்தாலும், ஒவ்வொரு குடும்பமும், குறிப்பாக மாத சம்பளம் வாங்குகிறவர்கள், குறைந்தபட்சம் மூன்று மாத வீட்டுச் செலவிற்குத் தேவையான அளவு பணத்தைச் சேமித்து, வங்கி பிக்சட் டெபாசிட்டில் போட்டு வைத்துக்கொள்ள வேண்டும். தேவைப்படும் நேரம் ரொக்கமாக எடுக்கக் கூடிய வாய்ப்பு அதில்தான் இருக்கிறது. தவிர, குறைவாக இருந்தாலும் தங்கம் போலில்லாமல், ஓரளவு வட்டி வருமானம் தருகிறது.

சடுதியில் மாற்றங்கள் ஏற்படுகிற காலகட்டத்தில் தனியார் நிறுவனங்களில் வேலை செய்பவர்களுக்கு வேலை தொடர்புடைய சில ரிஸ்க்குகள் இருக்கவே செய்கின்றன. அதனால் இந்த முன்யோசனையுடன் கூடிய மூன்றுமாத கால செலவுக்குத் தேவையான பிக்சட் டெபாசிட் பாதுகாப்பு ஏற்பாடு.’

‘ஓகே... அடுத்து..?’

‘பரஸ்பர நிதி மற்றும் பங்குகளில் முதலீடு’

'இரண்டும் வேறு வேறா அல்லது ஒன்றுதானா?'

'அடுத்த அத்தியாயத்தில்.'

'ஹலோ... அதைத்தானே இந்த அத்தியாயத்தில் சொல்வதாகச் சொன்னீர்கள்!'

'என்ன செய்ய! வேறுபடுத்திக் காட்டிவிட்டுச் சொன்னால்தானே சரியாக இருக்கும்'

8

பரஸ்பர நிதிகள் - மியூட்சுவல் பண்டுகள் தரும் பலன்

சிலருக்கு ஆவக்காய் ஊறுகாய் என்றால் ரொம்பப் பிடிக்கும். கொதிக்கிற சாதத்தில் போட்டு, முழு உள்ளங்கையும் படிகிற விதமாக அழுத்திப் பிசைந்து, அள்ளி, வியர்க்க வியர்க்கச் சாப்பிடுவார்கள்!

மாங்காயின் வாசம் மட்டும் அல்ல. அதன் காரமும் ஈர்ப்புக்குக் காரணம். வேறு சிலருக்கு அதன் தனித்துவமான வாசமும் ருசியும் வேண்டும். ஆனால், அவ்வளவு காரம் தாங்காது. கண்ணிலும் மூக்கிலும் காவேரி பெருகிவிடும். அதனால், சாதத்தைப் போட்டு, ஊறுகாயையும் போட்டுக்கொண்டு அதன் மீது நல்லெண்ணெயை அபிஷேகம் செய்வார்கள்.

நல்லெண்ணெய் உறைப்பைக் குறைத்துவிடும்.

இதே கதைதான் பங்கு சந்தை மற்றும் பரஸ்பர நிதி ஆகியவற்றிலும். பங்குச் சந்தையில் மிளகாய் போன்ற சமாச்சாரங்கள் உண்டு. அவற்றின் தீவிரமான உறைப்பைக் குறைப்பவை மியூட்சுவல் ஃபண்ட்ஸ் என்று அழைக்கப்படும் பரஸ்பர நிதிகள்.

நல்லெண்ணெயாக இருந்து உதவுபவர்கள், பரஸ்பர நிதியை நிர்வகிக்கும் அனுபவம் மிக்க, விபரம் தெரிந்த பங்குச்சந்தை வல்லுனர்கள். அவர்கள் பெயர் ஃபண்டு மேனேஜர்ஸ்.

'நேரடியாக பங்குகளில் வர்த்தகம் செய்வது காரசாரமாக இருக்கும். அதுதான் சுவாரஸ்யம். அதைவிட்டுவிட்டு, ஆவக்காய் ஊறுகாயைப்

போட்டுக்கொள்வானேன், பிறகு அது உறைக்கிறது என்று நல்லெண்ணெய் ஊற்றிக்கொள்வானேன்!' என்று நினைப்பவர்கள் ஒரு ரகம். இவர்களைப் பொருத்தவரை பரஸ்பர நிதிகள் என்பவை கொஞ்சம் சவசவ.

'அந்தக் காரசாரத்தையும் மணத்தையும் நான் ஏன் விடவேண்டும்? அதே சமயம் நாக்கையும் வயிற்றையும் ஏன் கொஞ்சம் பாதுகாத்துக் கொள்ளக்கூடாது?' என்பவர்கள் இரண்டாவது ரகம். நல்லெண்ணெய். பரஸ்பரநிதிகளில் முதலீடு.

என்னதான் நல்லெண்ணெய் ஊற்றிக்கொண்டாலும், அதில் போடப் பட்டிருக்கும் மிளகாய்த் தூள் உள்ளே இருக்கத்தானே செய்யும் என்பது போல, என்னதான் விபரமறிந்த ஃபண்டு மேனேஜர்கள் நிர்வகித்தாலும் முதலீடு என்னவோ ஆட்டம் பாட்டம் நிறைந்த பங்குச் சந்தையில்தான் என்றால் கொஞ்சமேனும் அடிவாங்காமல் தப்பிக்க முடியாது.

'முதலீடு பங்குச் சந்தையில்தான் என்றால்...' என்று சொல்லப் பட்டிருப்பதை சிலர் கவனித்திருப்பீர்கள்.

அப்படியென்றால், பரஸ்பர நிதியில், பங்குச் சந்தை தவிர வேறு இடத்தில் கூட முதலீடு செய்வார்களா என்ன என்ற கேள்வி வருகிறதா? சரியாகத்தான் சிந்திக்கிறீர்கள். பரஸ்பர நிதிகளில் மூன்று வகைகள் உண்டு.

- முதலாவது, பணத்தை பங்குகளில் மட்டும் முதலீடு செய்வது. இவற்றை ஈகுவிட்டி ஃபண்டுகள் (Equity Funds) என்பார்கள்.

- இரண்டாம் வகை ஃபண்டுகளில் பணத்தை கடன் பத்திரங்களில் முதலீடு செய்வார்கள். இந்த வகையில் போடும் பணத்துக்கு ஆபத்து குறைவு. அதிலிருந்து கிடைக்கும் வருமானமும் ஒப்பிட்டுப் பார்த்தால் குறைவாகவே இருக்கும். வங்கி பிக்சட் டெபாசிட்டில் போடுவதைப்போல, வருமானம் ஓரளவுதான். ஆனால் வட்டி உறுதி. முதலுக்கும் மோசம் வராது. இந்தவகை ஃபண்டுகளை டெட் ஃபண்ட்ஸ் (Debt Funds) என்பார்கள். வங்கி பிக்சட் டெபாசிட்டுகளைவிட சற்று கூடுதல் வருமானம் பார்க்க உதவும்.

- மூன்றாவது வகை ஃபண்டுகள், கொஞ்சம் இதிலும் கொஞ்சம் அதிலுமாக முதலீடு செய்பவர்கள். கடவுள் பாதி, மிருகம் பாதி கதைதான். ஹைபிரிட் ஃபண்ட்ஸ் (Hybrid Funds) அல்லது பேலண்ஸ்டு ஃபண்டுகள் (Balanced Funds) என்பார்கள்.

முதல் வகை பரஸ்பர நிதிகளில் முதலீடு செய்வது, ரிஸ்க் கொஞ்சம் குறைந்த பங்கு வர்த்தகமேதான். பெரிய வேறுபாடு இல்லை.

பங்குச் சந்தையில் நேரடியாக முதலீடு செய்பவர்கள் அவர்கள் தேர்வு செய்கிற பங்குகளை அவர்கள் முடிவு செய்கிற நேரம், கிடைக்கிற விலைக்கு, பணம் இருக்கிற அளவிற்கு வாங்கலாம். வைத்துக் கொள்ளலாம். பங்குகளில் முதலீடு செய்யும் பரஸ்பர நிதிகளில் பணம் போடுகிறவர்கள், தேர்வு செய்கிற பரஸ்பர நிதியை வாங்குவதுடன் அவர்கள் வேலை முடிந்தது.

பரஸ்பர நிதி நிறுவனங்கள் அப்படி பங்குகளில் முதலீடு செய்ய விரும்பும் பலரிடமும் இருந்து நியூ ஃபண்ட் ஆஃபர் (NFO) மூலம் பணத்தைச் சேகரித்து, அந்தப் பணத்துக்குப் பரஸ்பர நிதி நிறுவனத்தின் மேனேஜர் தேர்வுசெய்கிற பங்குகளை அல்லது கடன் பத்திரங்களை வாங்கும்.

எந்த எந்தப் பங்குகளை அல்லது கடன் பத்திரங்களை எவ்வளவு வாங்குவது எப்போது எவற்றை விற்பது என்பதை அந்த ஃபண்டின் மேனேஜர் முடிவுசெய்வார்.

பரஸ்பர நிதிகளிலேயே ஆயிரக்கணக்கான முதலீட்டுத் திட்டங்கள் இருக்கின்றன. அவற்றில் எது சிறந்தது என்பதை நாம்தான் தேர்வு செய்யவேண்டும். அதற்கு கொஞ்சம் விபரம் தெரியவேண்டும். இல்லாவிட்டால் சுமாராக நடத்தப்படும் ஃபண்டில் மாட்டிக் கொண்டு குறைவான வருமானமோ அல்லது கொஞ்சம் நட்டமோ வரும் ஆபத்தும் உண்டு.

பங்குச் சந்தை உயரும் காலகட்டங்களில் மட்டும்தான் பரஸ்பர நிதிகளாலும் லாபம் காட்ட முடியும். பிறகு...! சட்டியில் இருப்பது தானே கரண்டியில் வரமுடியும். அதே சமயம் நேரடி பங்குச் சந்தை முதலீட்டைப்போலவே, பரஸ்பர நிதியிலும் நல்ல காலத்திலும் நட்டம் செய்யும் ஃபண்டுகள் உண்டு.

ஆக பரஸ்பர நிதி முதலீட்டில் எந்த ஃபண்டு நன்றாகச் செயல் படுகிறது, எதில் ரிஸ்க் குறைவு போன்றவற்றைப் பார்த்துத்தான் முதலீடு செய்யவேண்டும். அப்படிப்பட்ட விபரங்களை ஆராய்ந்து தகவல்கள் வெளியிடும் சில நிறுவனங்கள் இருக்கின்றன. அவற்றை இணையம் மூலம் பார்க்க முடியும்.

அப்படிப்பட்ட ஓர் இணையதளமான வேல்யூ ரிசர்ச் தரும் மார்ச் மாத தகவல்படி, கடந்த ஒன்று மற்றும் மூன்று ஆண்டுகளில் மிக அதிகமான வருமானம் தந்த முதல் சில ஃபண்டுகள் வருமாறு.

<table>
<tr><th>Fund Name</th><th>1 Year Return (%)</th><th>3 Year Return (%)</th></tr>
<tr><td>Equity: Large Cap</td><td></td><td></td></tr>
<tr><td>UTI Sensex Exchange Traded Fund</td><td>18.7</td><td>16.6</td></tr>
<tr><td>UTI Nifty Exchange Traded Fund |</td><td>16.37</td><td>16.09</td></tr>
<tr><td>Sundaram Select Focus Fund - Institutional Plan |</td><td>13.31</td><td>16.23</td></tr>
<tr><td>Sundaram Select Focus Fund - Direct Plan |</td><td>13.31</td><td>16.24</td></tr>
<tr><td>SBI ETF Sensex |</td><td>18.68</td><td>16.55</td></tr>
<tr><td>SBI ETF Nifty Next 50 Fund | -</td><td>0.04</td><td>15.93</td></tr>
<tr><td>SBI ETF Nifty 50 |</td><td>16.4</td><td>16.04</td></tr>
<tr><td>SBI Bluechip Fund - Direct Plan |</td><td>6.35</td><td>13.22</td></tr>
<tr><td>SBI Bluechip Fund |</td><td>5.34</td><td>12.01</td></tr>
<tr><td>Reliance Large Cap Inst (Erstwhile Reliance Top 200) |</td><td>14.52</td><td>17.16</td></tr>
<tr><td>Reliance Large Cap Fund -
Direct Plan (Erstwhile Reliance Top 200) |</td><td>15.46</td><td>18.19</td></tr>
<tr><td>Reliance Large Cap Fund
(Erstwhile Reliance Top 200) |</td><td>14.29</td><td>16.92</td></tr>
<tr><td>Reliance ETF Sensex |</td><td>18.67</td><td>16.54</td></tr>
</table>

இங்கே குறிப்பிடப்பட்டிருப்பவை சில ஃபண்டுகள்தான். இதுபோல நூற்றுக்கணக்கான ஃபண்டுகள் இருக்கின்றன. அவற்றில் சில ஃபண்டுகள் இதேபோல கூடுதல் வருமானம் தந்தவை. வேறு பல அதிக வருமானம் தராதவை.

முதலீடுகளை ஒரே இடத்தில் போடாமல் பிரித்துப் போட வேண்டும் என்று போன அத்தியாயத்தில் பார்த்தோமல்லவா? சிட்ஃபண்டுகள், வங்கி டெபாசிட்டுகள்போல பரஸ்பர நிதி என்பது பலரும் பணம் பண்ணிக்கொண்டிருக்கும் மற்றொரு ஒரு முதலீட்டு வாய்ப்பு என்பதை வாசகர்களுக்கு அறிமுகம் செய்யவே இந்தத் தகவல்கள்.

பரஸ்பர நிதி பற்றித் தெரிந்துகொள்ளவேண்டியவை இன்னும் எவ்வளவோ இருக்கின்றன. இப்போதைக்கு ஓரளவு மட்டுமே.

9
எஸ்.ஐ.பி - SIP

'எதுக்கு கஷ்டப்பட்டு உழைக்கிறோம்? எல்லாம் மூணு வேளை கஞ்சிக்குத்தானே!' என்று மக்கள் சொல்லிக்கொண்டிருந்த காலம் போய்விட்டது. வயிற்றுக்காக சம்பாதிப்பது என்று இனியும் சொல்ல முடியாது. காரணம், சாப்பாடு மட்டும் போதாது. தேவைகள் பெருகி விட்டன.

இருபது முப்பது ஆண்டுகளுக்கு முன்னால் வீட்டுச் செலவு என்றால் சாப்பாட்டுச் செலவு, வீட்டு வாடகை மற்றும் பண்டிகைக்கும் வீட்டு விசேஷத்திற்கும் வாங்கும் துணிமணிகள் மட்டும்தான். ஆனால் இப்போது?

மின்சாரக் கட்டணம், செல்போன், இண்டர்நெட், வண்டிக்குப் பெட்ரோல், பள்ளி கல்லூரி செல்லும் பிள்ளைகளுக்கான பல்வேறு செலவுகள், சுற்றுலா, மருத்துவச் செலவுகள், சொந்த வீடு என்றாலும் மெயிண்டனென்ஸ் கட்டணம், பொழுதுபோக்குகள் என்று மொத்த பட்ஜெட்டில் முக்கால்வாசிக்கு மேல் கடந்த இருபது முப்பது ஆண்டுகளில் புதிதாக முளைத்திருக்கும் செலவுகள்தான்.

செலவுகள் இப்படித் தாறுமாறாக உயர்ந்திருக்க, வருமானம் மட்டும் அப்படியே இருக்க முடியுமா? பெரிய சம்பளம் வாங்குபவர்களுக்கு சிரமம் தெரிவதில்லை. மற்றவர்களுக்கு? பணத்தைச் சேமித்து முதலீடு செய்து, அதில் வரும் வருமானத்தை மட்டுமே நம்பியிருப்பவர்களுக்கு? முன்பு பார்த்த இன்பிளேஷன் சிக்கல் செய்யும். வருமானம் உயராவிட்டால் வாழ்க்கைத் தரம் பாதிக்கப்படும். விளிம்பு நிலைக்குத் தள்ளப்படுவார்கள்.

அதனால்தான் சிலர், கூடுதல் வருமானம் தரும் முதலீடுகளில் ஓரளவு பணத்தையேனும் முதலீடு செய்து, அவர்களுடைய வருமானத்தை அதிகரித்துக்கொள்ளப் பார்க்கிறார்கள்.

அப்படிப்பட்ட வாய்ப்பு இருக்கும் இடங்களில் ஒன்று பங்குச் சந்தை. அப்படி வாய்ப்பு இருந்தாலும் பலரும் பங்குச் சந்தையில் முதலீடு செய்யத் தயங்குவதற்கு என்ன காரணம்? இரண்டு முக்கியமான காரணங்கள்.

ஒன்று, எந்தப் பங்கை, எப்போது வாங்குவது எப்போது விற்பது. இந்த விபரங்கள் சரியாகத் தெரியாது என்ற நினைப்பு. இரண்டாவது காரணம், பங்குச் சந்தை ஒரு நிலையாக இருப்பதில்லை. ஏதேதோ புரியாத காரணங்களினால் உயருகிறது, விழுகிறது. இந்த ஏற்ற இறக்கம் மற்ற முதலீடுகளில் இருந்து வேறுபட்டதாக இருக்கிறது. இதை என்னால் சமாளிக்க முடியாது என்ற அச்சம்.

முதல் பிரச்னைக்கான தீர்வாக மியூட்சுவல் ஃபண்டுகளைச் சொல்லலாம். சென்ற அத்தியாயத்தில் விவரித்திருந்தபடி, எந்தப் பங்குகளை என்ன விலையிருக்கும்போது, எவ்வளவு வாங்குவது; எந்த விலை வந்தால் விற்றுவிடுவது போன்ற வேலைகளை நாம் செய்ய வேண்டியதில்லை. அதையெல்லாம் அந்த நிதியை நிர்வாகம் செய்யும் ஃபண்டு மேனேஜர்கள் பார்த்துக்கொள்வார்கள்.

அது சரி. இரண்டாவது பிரச்னைக்கு ஏதாவது தீர்வு இருக்கிறதா என்று சிலர் கேட்கலாம். இரண்டாவது பிரச்னை, பங்குகளை 'வாங்கும் விற்கும் நேரம்' தொடர்பானது. இதை 'டைமிங் த மார்க்கெட்' என்பார்கள். விலைகள் குறைந்திருக்கும் நேரம் வாங்குவது. விலைகள் உயர்ந்திருக்கும் நேரம் விற்றுவிடுவது. இரண்டையும் மிகச் சரியாகச் செய்வது.

இதைச் செய்கிறேன் என்றுதான் பலரும் சந்தைக்குள் போய் அடிபடுகிறார்கள். தேனீ கொட்டாமல் தேன் எடுக்க வேண்டும், சாத்தியமா?

முழுதும் என்று சொல்லமுடியாது. அதற்கான 'ஓரளவு வழி' ஒன்று இருக்கிறது. அதன் பெயர் சிஸ்டமேட்டிக் இன்வெஸ்ட்மெண்ட் பிளான் (Systematic Investment Plan). சுருக்கமாக எஸ்.ஐ.பி. (SIP) என்பார்கள்.

சில சமயம் உயரவும் சில சமயம் தாழவும் செய்யும் அதே பங்குச் சந்தைதான். ஆனாலும் எஸ்.ஐ.பி. செய்பவர்கள் கணிசமான பணம்

பண்ணுகிறார்கள். அதெப்படி சாத்தியம் என்று வியப்பாக இருக்கலாம்.

எஸ்.ஐ.பி. என்பது ஒன்றும் பெரிய கம்ப சூத்திரம் அல்ல. சீட்டு அல்லது நகைச் சீட்டு கட்டுவதுபோலத்தான். பணமோ நகையோ திருப்பித் தருவதற்குப் பதில் திட்டத்தின் முடிவில் நம் கணக்கில் நமக்காக வாங்கப்பட்ட பரஸ்பர நிதி யூனிட்டுகள் இருக்கும். விற்றுக் காசாக்கிக்கொள்ளலாம்.

எஸ்.ஐ.பி. யின் முக்கிய அம்சங்கள் என்ன?

ஒரே நாளில் பரஸ்பர நிதியின் யூனிட்டுகளை வாங்காமல், குறிப்பிட்ட நாளுக்கு ஒருமுறை வாங்குவது.

குறிப்பிட்ட நாளுக்கு ஒருமுறை என்பது எந்த இடைவெளியிலும் இருக்கலாம். அதை வாடிக்கையாளர் (நாம்) தேர்வு செய்து கொள்ளலாம். ஒவ்வொரு நாளும், வாரம் ஒருமுறை, மாதம் ஒரு முறை என்பதுபோல. ஆனால் அது முன்கூட்டியே தீர்மானித்து விடவேண்டும். தீர்மானித்த பின் மாற்றம் செய்யக்கூடாது.

ஒவ்வொரு முறையும் ஒரே அளவு பணத்திற்குத்தான் வாங்க வேண்டும். அதையும் வாடிக்கையாளரான நாம் தீர்மானிக்கலாம். தவணைத்தொகை குறைந்தபட்சம் ரூ 500 ஆக இருக்கவேண்டும். அதற்கு மேல் என்ன தொகையாகவும் இருக்கலாம். ஆனால் கூடுதல் தொகை நூறின் மடங்குகளாக இருக்கவேண்டும். உதாரணத்திற்கு ரூபாய் 500 அல்லது 600 அல்லது 2000 அல்லது 5000. முடிவு செய்து விண்ணப்பம் நிறைவு செய்தபின் மாற்றக் கூடாது.

மூன்றாவது அம்சம், இந்தத் திட்டத்தில் சேருகிறவர்கள் குறைந்த பட்சம் ஆறு மாதம் இந்தத் திட்டத்தில் தவணை கட்டவேண்டும். குறைந்தபட்சம்தான் ஆறு மாதம். அதிகபட்சம் என்ற உச்சவரம்பு இல்லை. எவ்வளவு ஆண்டுகளுக்கு வேண்டுமானாலும் கட்டலாம்.

நான்காவது அம்சம், நிறுவனங்கள் நடத்தும் பல்வேறு திட்டங்களில் எந்த திட்டத்தில் சேரவேண்டும் என்பதை நாம் தீர்மானிக்கவேண்டும்.

நான்கு அம்சங்களிலேயும் ஒருசேரச் சொல்வதென்றால், மாலா என்பவர் இந்த 2015ம் ஆண்டில் ரூ 12,000 தை பங்குச் சந்தையில் முதலீடு செய்ய முடிவு செய்கிறார். அவர் ஜனவரி முதல் வாரத்தில் ஒரு நாள் அவருக்கு சிறப்பானது என்று படுகிற சில பங்குகளைத் தேர்வு செய்து 12,000 ரூபாய்க்கு வாங்கிவிடுகிறார். அல்லது ஒரு குறிப்பிட்ட பரஸ்பர நிதியில் 12,000 ரூபாயை முதலீடு செய்துவிடுகிறார்.

நந்தினி என்பவரும் 2015ம் ஆண்டில் ரூ 12,000 பங்குசந்தையில் முதலீடு செய்யலாம் என்று நினைக்கிறார். ஆனால் அவர் தேர்வு செய்தது பரஸ்பரநிதியில் முதலீடு. அது குரோத் பிளான். அதாவது பங்குகளில் முதலீடு செய்யும் ஈக்விட்டி ஃபண்டு.

மாலாபோல மொத்தத் தொகையையும் ஒரே நேரத்தில் இறக்காமல், மாதம் ஆயிரம் வீதம் 12 மாதங்களில் 12,000 முதலீடு செய்யலாம் என்று எஸ்.ஐ.பி. (SIP) முறையைத் தேர்வு செய்கிறார் நந்தினி.

SBI, HDFC, ICICI, Franklinton போன்ற ஒரு நிறுவனம் நடத்தும் ஒரு எஸ்.ஐ.பி திட்டத்தில் சேர்ந்து, முன்கூட்டியே பின் தேதியிட்ட, ரூ 1000 க்கான 12 செக்குகளைக் கொடுத்துவிடுகிறார். இனி அந்த நிறுவனத்தார், மாதாமாதம் அந்தக் குறிப்பிட்ட தேதியில் நந்தினியின் செக்கைப் பயன்படுத்தி, அவர் பணத்தை எடுத்து, அவர் சொல்லிய திட்டத்தில் அவருக்கு 1000 ரூபாய்க்கு பரஸ்பர நிதியின் யூனிட்டுகளை வாங்கிவிடுவார்கள்.

இப்போதைய நிலை என்ன?

மாலா மற்றும் நந்தினி ஆகிய இருவருமே ஒரே தொகையை முதலீடு செய்ய முடிவெடுத்து, மாலா ஜனவரி மாதமே முழுவதும் முதலீடு செய்துவிட்டார். நந்தினி ஜனவரியில் 1000 மட்டுமே முதலீடு செய்திருக்கிறார். வரும் மாதங்களில் தொடர்ந்து 1000 வீதம் முதலீடு செய்யவிருக்கிறார்.

பங்குச் சந்தையில் அடுத்த 12 மாதங்களில் எதுவும் நடக்கலாம்.

உதாரணத்திற்கு பிப்ரவரியில் சந்தை இறக்கம் காண்கிறது. மார்ச் மாதம் உயர்கிறது. இப்படியே 2015ல் மாதாமாதம் சற்று வேறுபடுகிறது என்று வைத்துக்கொள்வோம். அப்படிப்பட்ட நிலைமையில் மாலாவின் முதலீடு என்ன ஆகும், நந்தினியின் முதலீடு என்ன ஆகும்?

10

ஒரே தடவையிலா / சிறிது சிறிதாகவா?

வளர்ந்து வரும் புதிய தேவைகள், உயர்ந்துகொண்டே போகும் விலைவாசி இரண்டையும் சமாளிக்க விரும்பும் சிலர், கொஞ்சம் ரிஸ்க் எடுத்தாலும் பரவாயில்லை என்று - தற்சமயம் உயர்ந்து வரும், சரியாகச் செய்தால் கூடுதல் வருமானம் பார்க்க வாய்ப்புத் தரும் - பங்குச் சந்தையில் முதலீடு செய்யலாம் என்று யோசிக்கிறார்கள்.

எல்லோரும் அல்ல, சிலர்தான் அப்படி யோசிக்கிறார்கள். அப்படி யோசிப்பவர்களுக்கும், என்னவோ நடக்கிறதே பங்குச் சந்தையில், தினசரி அதைப்பற்றி ஏதெனும் செய்திகள் வருகின்றனவே, இது என்ன, இதில் பாதுகாப்பாக முதலீடு செய்வது எப்படி என்று யோசிப்பவர்களுக்கும் விளக்கும் நோக்கத்திலேயே இத்தகைய புதிய முதலீட்டு வாய்ப்புகள் பற்றி எழுதப்படுகிறது.

மேலே உள்ள இரண்டு பத்திகளில் இருக்கும் ஒவ்வொரு வார்த்தைக்குமே பொருள் உண்டு. ஒவ்வொன்றும் காரணமாகவே எழுதப்பட்டிருக்கிறது. அதனால் அந்த இரண்டு பத்திகளையும் மீண்டும் ஒருமுறை கவனமாகப் படிக்கலாம். தேவையானால் அடிக்கோடு இட்டுக்கொள்ளலாம்.

'பங்குச் சந்தையில் கூடுதல் பணம் பண்ணும் வாய்ப்பு இருக்கிறதா?'

'ஆமாம்.'

‘போடும் பணத்தை, முதலீட்டையே இழக்கும் ஆபத்து?’

‘ஏன் இல்லாமல்! அதுவும் இருக்கிறது.’

‘சந்தையின் போக்கு எல்லா நேரமும் ஒரேபோல இருக்குமா?’

‘கண்டிப்பாக இல்லை. சில சமயங்களில் விறுவிறுவென உயரும். வேறு சில சமயங்களில் கிடுகிடுவென உருளும். அப்படிப்பட்ட விலைகள் தொடர்ந்து அதிகரிக்கும் ‘காளை’களின் காலமும் (Bull Phase), பங்கு விலைகள் தொடர்ந்து இறங்கிக்கொண்டேபோகும் கரடிகளின் காலமும் (Bear Phase) சில ஆண்டுகளுக்கு ஒரு முறை மாறி மாறி வரும். கோடையும் மழைக் காலமும்போல.’

‘இப்போது நடப்பது என்ன காலம் (திசை!)’

‘பங்கு விலைகள் தொடர்ந்து உயரக்கூடிய காளைகளின் காலம்.’

‘எப்போதுஆரம்பித்தது?’

‘2013 ஜுன் என்று சொல்லலாம்’

‘எப்போது வரை தொடரும்?’

‘உறுதியாகச் சொல்லமுடியாது. இரண்டு மூன்று ஆண்டுகளுக்குத் தொடரலாம் என்று கணிக்கப்படுகிறது. உலக அமைதி, உலக அரசியல், தேசத்தின் நிலைமை, வளர்ச்சி போன்ற பலவற்றுடன் தொடர்புடையது பங்குச்சந்தை நிலவரம்’

‘அப்படியானால் இப்போது தைரியமாக பங்குகளை வாங்கலாமா?’

‘எல்லோரும் இறங்க வேண்டும் என்பதில்லை. இளம் மற்றும் நடுத்தர வயதினர் இறங்கலாம். கணிசமான மாத வருமானமோ, பெரிய சொத்துக்களோ இல்லாதவர்கள் பங்குச் சந்தையைத் தவிர்த்துவிடலாம்.’

‘எவ்வளவு பணத்தை முதலீடு செய்யலாம்?’

‘சேமிப்பு மற்றும் முதலீடு செய்து வருமானம் பார்ப்பதற்கு என்று வைத்திருக்கும் பணத்தில் ஒரு பகுதியை மட்டும் முதலீடு செய்யலாம். ஒரு பகுதி என்றால் தொடக்கத்தில் 5 முதல் 10% மட்டுமே. சந்தை என்னதான் நன்றாக இருந்தாலும் 25% க்கும் அதிகமான பணத்தை பங்குகளில் (பரஸ்பரநிதியும் சேர்த்துத்தான்) முதலீடு செய்யவேண்டாம். வங்கி டெபாசிட்டுகள், இன்ஷுரன்ஸ், தங்கம், நிலம் ஆகியவற்றில் மீதப்பணத்தின் முதலீடு தொடரவேண்டும்!’

‘எந்தப்பங்குகளை வாங்கலாம்?’

‘எடுத்த உடன் பங்குகளை வாங்குவது ஒருமுறை. கூடுதல் ரிஸ்க் இருக்கும் முறை அது. சில அத்தியாயங்களுக்கு முன் பார்த்த

மாலாவும் நந்தினியும் நினைவிருக்கலாம். கரூர் வைசியா பங்கை ரூ 330 க்கு வாங்கி தற்சமயம் ரூ 600 என்ற விலையை மகிழ்ச்சியுடன் பார்த்துக் கொண்டிருக்கிறார் மாலா. 101 ரூபாய்க்கு ரிலையன்ஸ் பவர் பங்கை வாங்கிவிட்டு 63 ரூ விலையை (ஜனவரி 30, 2015 நிலவரப்படி) பரிதாபமாகப் பார்த்துக்கொண்டிருக்கிறார் நந்தினி.

எந்தப் பங்கு விலை என்ன ஆகும் என்று சந்தையில் ஏகப்பட்ட கணிப்புகளும் ஊகங்களும், புரளிகளும் உலாவரும். எல்லாம் ஆன பிறகு தெரிந்துகொள்வது சுலபம். ஆனால், முன்கூட்டி சரியாகக் கணிப்பது சாதாரண மக்களுக்கு இயலாத செயல். அதனால்...

அதனால்தான் பரஸ்பரநிதிகளே தொடக்க ஆட்டக்காரர்களுக்கு சரி.

அதிலும் இரண்டு வகையில் முதலீடு செய்திருந்தவர்களின் விவரங்களைச் சொல்லிவிட்டு, யார் செய்தது சரி என்ற கேள்வியுடன் சென்ற சென்ற அத்தியாயத்தை முடித்திருந்தேன்'

'ஆமாம், இருவரில் யார் செய்தது சரி?'

'குறிப்பிட்ட நிறுவனம் நடத்தும் பரஸ்பர நிதி ஒன்றின் யூனிட்டுகளை மாலா ஜனவரி மாதம் ரூ 12,000 ரூபாயை ஒரே தவணையாக வாங்கி விட்டார். நந்தினியும் அதே பரஸ்பர நிதித் திட்டத்தில் முதலீடு செய்ய முடிவு செய்தார். ஆனால் அவர் ஒரே தவணையாகக் கட்டாமல், மாதம் ரூ 1,000 வீதம் 12 மாதங்களுக்கு கட்டும், சிஸ்டமேட்டிக் இன்வெஸ்ட்மெண்ட் பிளான் (SIP) முறையைத் தேர்வு செய்தார்.

இருவரும் முதலீடு செய்தபின் பங்குச் சந்தை நன்றாக உயர்ந்து விட்டால் மாலா செய்தது சரி என்றாகிவிடும். அவருக்கு 12 ஆயிரம் ரூபாய்க்கும் கூடுதல் மதிப்பு, கூடுதல் விலை. வெறும் 1000 ரூபாய் முதலீடு செய்த நந்தினிக்கு அந்த அளவுக்கு மட்டும் லாபம்.

உதாரணத்திற்கு அவர்கள் இருவரும் முதலீடு செய்த திட்டத்தில் அவர்கள் முதலீடு செய்த ஜனவரி மாதம் யூனிட் ஒன்றின் விலை ரூ 50 என்று வைத்துக்கொள்வோம். (யூனிட்) என்பது ஷேர்- பங்கு- போன்றது தான். பரஸ்பர நிதியில் நாம் வாங்குவதன் பெயர் யூனிட் (Unit).

மாலாவின் 12,000 க்கு 240 யூனிட்டுகள் கிடைத்திருக்கும். நந்தினியின் 1000 ரூபாய்க்கு 20 யூனிட்டுகள் கிடைத்திருக்கும். அவர்கள் வாங்கிய பிறகு பங்குச் சந்தை உயர்கிறது. அதனால் அந்த நிதியில் இருக்கும் பங்கு விலைகளும் உயர்கின்றன. அதனால் அந்த பரஸ்பர நிதியின் யூனிட் விலையும் சந்தையில் உயர்ந்துவிடுகிறது. உதாரணத்திற்கு அதன் விலை ரூ 53 ஆகிவிடுகிறது.

பங்குச்சந்தை ஏறுமுகமாக இருந்தால்

மாதம்	யூனிட் விலை	முதலீடு	மாலா கிடைக்கும் யூனிட்டுகள்	முதலீடு	நந்தினி கிடைக்கும் யூனிட்டுகள்
ஜனவரி	50	12000	240	1000	20
பிப்ரவரி	53			1000	19
மார்ச்	52			1000	19
ஏப்ரல்	55			1000	18
மே	56			1000	18
ஜூன்	54			1000	19
ஜூலை	52			1000	19
ஆகஸ்ட்	58			1000	17
செப்டெம்பர்	51			1000	20
அக்டோபர்	50			1000	20
நவம்பர்	55			1000	18
டிசம்பர்	53			1000	19
மொத்தம்		12000	240	1000	226

பங்குச்சந்தை இறங்குமுகமாக இருந்தால்

மாதம்	யூனிட் விலை	முதலீடு	மாலா கிடைக்கும் யூனிட்டுகள்	முதலீடு	நந்தினி கிடைக்கும் யூனிட்டுகள்
ஜனவரி	50	12000	240	1000	20
பிப்ரவரி	53			1000	19
மார்ச்	52			1000	19
ஏப்ரல்	49			1000	20
மே	51			1000	20
ஜூன்	47			1000	21
ஜூலை	45			1000	22
ஆகஸ்ட்	44			1000	23
செப்டெம்பர்	44			1000	23
அக்டோபர்	43			1000	23
நவம்பர்	45			1000	22
டிசம்பர்	48			1000	21
மொத்தம்		12000	240	1000	253

மாலாவுக்கு அவருடைய 240 யூனிட்டுகளுக்கும் ரூ 3 வீதம் ரூ 720 மதிப்பு உயர்ந்துவிட்டது. கவனிக்க... மதிப்புதான் உயர்ந்திருக்கிறது. அவர் விற்றால்தான் அவருக்கு லாபம். விற்கலாம். விற்காமல் தொடர்ந்து வைத்திருக்கவும் செய்யலாம். அவரைப் பொருத்தவரை-லாக் இன் எனப்படும் - குறைந்தபட்சம் எவ்வளவுநாட்கள் வைத்திருக்கவேண்டும் என்ற நிர்பந்தம் இல்லை.

நந்தினிக்கு அவருடைய 20 யூனிட்டுகளுக்கு, யூனிட்டுக்கு ரூபாய் மூன்று வீதம் ரூ 60 மதிப்பு உயர்வு. நந்தினி கண்டிப்பாக தற்போது விற்க முடியாது. குறைந்தபட்சம் 6 மாதம் லாக் இன்.

மூன்று மாதங்களுக்குப்பின் நிலை என்ன ஆகியிருக்கிறது (ஆகியிருக்கும்) என்பதை - சந்தை ஏற்ற இறக்கங்களை (கற்பனையாக) பார்க்கலாம்.

அடுத்த 12 மாதங்களில் சந்தை உயர்ந்தால் இருவரின் நிலை என்ன? சந்தை இறங்கினால் இருவரின் நிலை என்ன?

நாம் முதலீடு செய்தபின் சந்தை உயர்ந்தால் நமக்கு லாபம்தான். அப்படிப்பட்ட நிலையில் மாலா செய்தது லாபமாக அமையும். அவரிடம் இருக்கும் 240 யூனிட்டுகளும், டிசம்பர் விலை நிலவரப்படி (53), ரூ 12,720 ஆக மதிப்பு உயர்ந்திருக்கும். நந்தினியிடம் 226 யூனிட்டுகள்தான் இருக்கும். காரணம் அவர் மாதா மாதம் வாங்கினார். அதில் சில விலைகள் ஜனவரி மாதத்து விலைகளை விடக் கூடுதல். அதனால் அவருக்கு 226 யூனிட்டுகள்தான் சேர்ந்தது. அதன் மதிப்பு ரூ 53 வீதம், 11,978. ஆனால் அவர் கட்டியதோ ரூ 12000. ரூபாய் 22 நட்டம்.'

'ஆனால், நாம் முதலீடு செய்தபின் சந்தை இறங்கினால்?'

'மாலாவுக்கு கிடைப்பது டிசம்பர் மாதத்து யூனிட் விலையான ரூ 48 படி, 240 யூனிட்டுக்கு ரூ 11,520 கிடைக்கும். ஆனால் நந்தினியிடம் மாலாவைவிட கூடுதல் யூனிட்டுகள் இருக்கும். காரணம் அவர் விலை குறைந்தபோதும் யூனிட்டுகள் வாங்கியிருக்கிறார். அவரிடம் யூனிட் இருப்பு 253. அதன் மதிப்பு ரூ. 12,144. ரூ 144 லாபம்.

பெட்டிச் செய்தியில் காட்டப்பட்டிருக்கும் யூனிட் மதிப்புகள் உதாரணங்கள்தான். அவற்றைவிட விலைகள் உயரவோ குறையவோ செய்யலாம்.

சிஸ்டமேட்டிக் இன்வெஸ்ட்மெண்ட் திட்டம் (SIP) எப்படி வேலை செய்கிறது என்பதை விளக்கவே இந்த உதாரணங்கள். தகவல் இதுதான். ஒரே சமயத்திலும் வாங்கலாம். தொடர்ந்தும் சிறுகச் சிறுக வாங்கலாம்.

11

ஜனவரி.. பிப்ரவரி மார்ச் - வருமான வரி

சிலருக்கு ஜனவரி, பிப்ரவரி மாதங்கள் என்றாலே, அதன் பிறகு வரும் மார்ச் மாதத்துக்குள் கட்டவேண்டிய ஆண்டு வருமான வரிதான் நினைவுக்கு வரும். அதிலும் குறிப்பாக மாத சம்பளக்காரர்கள் என்றால் கேட்கவே வேண்டாம். ஜனவரி பிப்ரவரி மாதங்களில் அவர்கள் நிறுவனம் செய்யும் வரி பிடித்தம் போக சம்பளமாகக் கிடைக்கும் சொற்பத் தொகையை வைத்துக்கொண்டு சிரமப்படுவார்கள் அவர்கள்.

இந்த சிரமத்தில் இருந்து வெளிவர ஒரு சுலபமான வழி இருக்கிறது.

ஆண்டு மொத்தத்திற்கும் வந்த வருமானத்திற்கு கட்டியே ஆக வேண்டிய வரியை, இரண்டு மூன்று மாதத் தவணைகளில் கொடுத்துச் சிரமப்படவேண்டாம். அதற்குப் பதிலாக, நிதி ஆண்டு துவங்கும் ஏப்ரல் மாதம் முதலே, ஒவ்வொரு மாதமும் என் சம்பளத்தில் ஒரு குறிப்பிட்ட தொகையை வரிக்காகப் பிடித்துக்கொள்ளுங்கள் என்று நிறுவனத்திடம் தெரிவித்துவிடலாம்.

இப்படிச் செய்வதால், வருடக் கடைசி 'ஜனவரி பிப்ரவரி, மார்ச்' கூடுதல் பிடித்தங்களைத் தவிர்த்துவிடலாம். எல்லா மாதமும் ஒரே போல சிறிய தொகையைக் கட்டிவிட்டு, ஆண்டு இறுதியையும் நிம்மதியாகக் கடன் வாங்காமல் கடக்கலாம். சிலர் ஏற்கெனவே இப்படித்தான் செய்துகொண்டிருக்கிறார்கள்.

வரியைச் சிரமம் தெரியாமல் கட்டுவதற்கான வழி இது என்பது சரி, இது போக, வரியைக் குறைத்துக்கொள்ள இருக்கும் வழிகள் பற்றிச் சொல்லுங்கள் என்று சிலர் கேட்கலாம்.

வருமான வரி கட்டப்படவேண்டிய ஒன்று. ஆனால் அதை நேர்மையான வழிகளிலேயே குறைத்துக்கொள்ளமுடியும். அந்த வழிகள் பற்றித் தெரியாததால் அல்லது தெரிந்தும் அக்கறையுடன் முயற்சி எடுக்காததால் பலரும் கட்டிக்கொண்டிருக்கிறார்கள்.

உதாரணத்திற்கு வங்கியில் போடும் டெபாசிட்டுக்கு கொடுக்கப்படும் வட்டிக்கு, டி.டி.எஸ் (Tax Deducted at Source) என்று பத்து சதவிகிதம் பிடிப்பதை, வருமான வரி கணக்கு சமர்ப்பிப்பதன் மூலம் ரீபண்ட் ஆக திரும்பப் பெறலாம். சிலருக்குத் தெரியவில்லை.

2014-15 ஆண்டில், ஒருவருக்கு ஆண்டு ஒன்றுக்கு வரும் வருமானம் - விவசாய வருமானம் தவிர்த்து - ரூபாய் இரண்டரை லட்சத்துக்கும் அதிகமாக இருந்தால், அதிகப்படியான தொகைக்கு வருமான வரி கட்ட வேண்டும். ஒருவருடைய வயது அறுபதுக்கும் மேல் என்றால், வருமான வரி ரூபாய் மூன்று லட்சத்துக்கு மேல் உள்ள தொகைக்கு மட்டும்தான். எண்பது வயதுக்கு மேல் என்றால், ரூ. ஐந்து லட்சத்துக்கு மேல்தான் வரி. (2019 பிப்ரவரி மாதம் தக்கல் செயப்பட்ட இடைகால பட்ஜெட்டில் 2019-20ம் ஆண்டுக்கு ரூ. 5 லட்சத்துக்கும் குறைவாக வருமானம் இருந்தால் 5% வரியும் இல்லை என்று ஆக்கிவிட்டார்கள்.)

வருமான வரி என்பது அந்தக் கூடுதல் தொகையின் அளவைப் பொறுத்து, 10% முதல் 30% வரை இருக்கும். ஆனால் ஒருவர் முயன்றால், ஐந்து லட்சத்துக்கும் அதிகமான தொகைக்கும்கூட வருமான வரியைத் தவிர்க்க முடியும். அதற்கு இரண்டு வழிகள் இருக்கின்றன.

முதலாவது செலவுகள் குறித்தது. இரண்டாவது வருமானம் குறித்தது. இப்படி அணுகுவதற்குக் காரணம், சில குறிப்பிட்ட வருமானங் களுக்கும் குறிப்பிட்ட சில முதலீடுகளுக்கும் அரசு வருமான வரி விலக்கு கொடுக்கிறது.

முதல் வழி, கிடைக்கிற வருமானத்தில் ஒரு பகுதியை வருமான வரி விலக்குகள் கொடுக்கப்பட்டிருப்பவற்றில் முதலீடு செய்வது.

தற்சமயம் வரி விலக்கு கொடுக்கப்படும் செலவுகள் அல்லது முதலீடுகள் என்றால், ஒருவர் கட்டுகிற இன்ஷுரன்ஸ் பிரீமியம், பி.எஃப். எனப்படும் சேமநல நிதி, வீட்டுக்கடனுக்கு கட்டும் EMI யில் உள்ள அசலுக்கான தொகை, 5 ஆண்டுகளுக்கு போடப்படும் வங்கி

பிக்சட் டெபாசிட், நேஷனல் பென்ஷன் திட்டத்திற்குக் கட்டும் தொகை, அதிகபட்சமாக இரண்டு பிள்ளைகளின் முழுநேர கல்விக்கு கட்டும் கட்டணம் போன்றவை.

இவற்றுக்கெல்லாம் வருமான வரி கிடையாது. ஆனால் இப்படி கொடுக்கப்படும் விலக்கு அதிகபட்சமாக ஓர் ஆண்டுக்கு ரூ 1.5 லட்சம்தான். இந்த செலவு/முதலீடுகளின் கூட்டுத்தொகை அதற்கு மேல் இருந்தாலும் வருமான வரி கணக்கு எண் வைத்திருக்கும் ஒருவருக்கு ஆண்டு ஒன்றுக்கு, அதிகபட்சமாக ஒன்றரை லட்சம் ரூபாய் வரையிலான தொகைக்கு 80 சி பிரிவின் கீழ் முழு வருமான வரி விலக்கு.

'நான் நிறுவனம் எதிலும் வேலை செய்யவில்லையே. சொந்தத் தொழில் செய்கிறேன் அல்லது எனக்கு வட்டி, வாடகை போன்ற வேறு வருமானங்கள் தான். எனக்கு எப்படி சேம நல நிதி பொருந்தும்? யார் பி.எஃப் தருவார்கள், யார் பென்ஷன் கொடுப்பார்கள்?' என்று கேட்கலாம்.

சேம நல நிதியில் இரண்டு வகைகள் உண்டு. ஒன்று ஊழியர்களுக்கு நிறுவனம் கட்டும் எம்ப்ளாயீஸ் பிராவிடெண்ட் ஃபண்டு (EPF). மற்றொரு வகையின் பெயர் பப்ளிக் பிராவிடெண்ட் ஃபண்டு. ஆங்கிலத்தில் சுருக்கமாக PPF என்பார்கள். அஞ்சலகங்கள், ஸ்டேட் பாங்க் ஆஃப் இந்தியா போன்றவற்றில் எந்தத் தனிநபரும் இந்த C¢uU PnUS தொடங்கலாம், அதில் அவரே இயன்ற தொகை போட்டு சேமித்துக்கொள்ளலாம். வங்கி டெபாசிட்டுகளுக்கு கொடுப்பது போல, இதற்கும் வட்டி தருவார்கள். போடுகிற அசலுக்கும் கிடைக்கிற வட்டிக்கும் வருமான வரி விலக்கு உண்டு.

அதேபோல தன்னுடைய பென்ஷனுக்காகவும் வேலைக்குப் போகாமல் சொந்தத் தொழில் செய்யும் ஒருவர் சேமிக்கலாம். அதற்காக அவர் கட்டும் தொகைக்கும் வரிவிலக்குப் பெறலாம்.இப்படிக் கட்டப்படும் ஒன்றரை லட்சம் ரூபாய் வரையிலான தொகைக்கு முழு வரி விலக்கு.

ஆக, ஒருவர் அவருக்குக் கொடுக்கப்பட்டிருக்கும் உச்சவரம்புத் தொகைக்கும் மேல் ரூபாய் ஒன்றரை லட்சம்வரையிலான வருமானத்திற்கும் வரி மீதம் செய்யலாம்.

இது தவிர, வீட்டுக்கடனுக்கு கட்டும் வட்டிக்கும் வருமான வரி விலக்கு இருக்கிறது. ஆண்டு ஒன்றுக்கு இந்த வகையில் ரூபாய் இரண்டு லட்சம்வரை வரி இல்லை. (24B)

மெடிக்கல் இன்ஷுரன்ஸ் எடுத்து அதற்குக் கட்டும் பிரீமியத்தையும், வரி கட்ட வேண்டிய வருமானத்தில் இருந்து கழித்துவிடலாம். இந்த

வகையில் ஆண்டு ஒன்றுக்கு ரூ. 15,000 வரை வரிவிலக்கு. அறுபத்து ஐந்து வயதுக்கு மேல் ஆனவர்களுக்கு ரூ 20,000 வரை வரிவிலக்கு. இதில் தனக்கு, தன் கணவன்/மனைவி மற்றும் பிள்ளைகளுக்கு எடுக்கும் பாலிசிகள் அடங்கும். ஒருவர் அவரது பெற்றோருக்கும் மெடிக்கல் கிளைம் பாலிசி எடுத்தால் அதற்குக் கட்டும் பிரீமியம் ரூபாய் 15,000 அல்லது 20,000 வரை பெற்றோரின் வயதைப் பொறுத்து கூடுதல் வரிவிலக்கு. (80D)

பிள்ளைகளின் குறிப்பிட்ட முழுநேர முதுகலை படிப்பிற்காக வாங்கிய கடனுக்குக் கட்டும் வட்டிக்கும் குறிப்பிட்ட அளவுவரை வரி விலக்கு உண்டு (80E)

இவையெல்லாம் ஒருவர் செய்யும் முதலீடு மற்றும் செலவுகள் சிலவற்றுக்குக் கிடைக்கும் வரி விலக்குகள். இவைபோக, சில குறிப்பிட்ட வருமானங்களுக்கு வரி இல்லை.

சேமநல நிதிகளில் இருந்து கிடைக்கும் வட்டி, சேமிப்புக் கணக்கில் இருக்கும் பணத்திற்குக் கொடுக்கப்படும் வட்டி (ஆண்டுக்குப் பத்தாயிரம்வரை), ஷேர்களும், ஈக்விட்டி பரஸ்பர நிதிகளும் கொடுக்கும் டிவிடெண்ட், இன்ஷூரன்ஸ் முதிர்வுத் தொகை, ஷேர்களை குறிப்பிட்ட காலம்வரை வைத்திருந்துவிட்டு விற்பதால் கிடைக்கும், லாங் டர்ம் கேப்பிடல் கெயின்ஸ் எனப்படும் லாபம்.

ஆக, இப்படிப்பட்டவற்றில் முதலீடு செய்து அவற்றில் இருந்து வருமானம் ஈட்டியும் வரி விலக்குப் பெறலாம்.

மேலே சொல்லப்பட்டவை எல்லாம் நடப்பு 2014-15ம் ஆண்டிற்கானவை. மெடிக்கல் இன்ஷூரன்ஸ் எடுப்பதால் கிடைக்கும் விலக்கு 25,000; மெடிக்கல் இன்ஷூரன்ஸ் இல்லாத 80 வயதிற்கு மேற்பட்டோருக்கு 30,000 மருத்துவச் செலவுகளுக்காக வரி விலக்கு; ஊனமுற்றோருக்கு 25,000 கூடுதல் விலக்கு; பென்ஷன் கட்டுபவர்களுக்கான விலக்கு லட்சத்தில் இருந்து ஒன்றரை லட்சமாக உயர்வு என்று அடுத்த, 2015-16ம் ஆண்டிற்கு என்று சில மாறுதல்களை அரசு அறிவித்திருக்கிறது.

கடந்த மூன்று அத்தியாயங்களில் பார்த்தவை, (1) பரஸ்பரநிதிகள் (2) சிஸ்டமேட்டிக் இன்வெஸ்ட்மெண்ட் பிளான் மற்றும் (3) வரிவிலக்கு தரும் முதலீடுகள் என்பது நினைவிருக்கலாம்.

அடுத்து நாம் பார்க்கப் போவது அந்த மூன்றையும் இணைக்கும் ஒரு திட்டம் பற்றித்தான். ஆமாம், ஒரே கல்லில் மூன்று மாங்காய். அதன் பெயர்?

அடுத்த அத்தியாயத்தில்...

12

ஒரே கல்லில் இரண்டல்ல, மூன்று மாங்காய்- ELSS

விலைவாசி உயர்வது மட்டுமில்லாமல், நம் தேவைகளும் மாறி விட்டன. அதனால் நாம் மட்டும் சம்பாதித்தால் போதாது. நம் சேமிப்பும் நமக்காக சம்பாதிக்க வேண்டும். ரிஸ்க் அதிகம் எடுக்காமல் அதே நேரம் ஓரளவேணும் சரியான வட்டி அல்லது வருமானம் வரும் விதங்களில் சேமிப்பை முதலீடு செய்தால் நிலைமையைச் சமாளிக்கலாம்.

அதற்கான ஒரு வழி, மியூட்சுவல் ஃபண்டுகள் எனப்படும் பரஸ்பர நிதிகள். அவற்றில் ஓரளவு பணத்தை முதலீடு செய்வது. அப்படிச் செய்யும் முதலீட்டையும், ஒரே நேரம், ஒரே தவணையாக இறக்கி விடாமல், சீட்டுக் கட்டுவதுபோல, மாதம் ஒரு சிறிய தொகையை, தொடர் முதலீட்டு அடிப்படையில் (சிஸ்டமேட்டிக் இன்வெஸ்ட் மெண்ட் பிளான் (SIP) வழியில் செய்து சந்தையின் திடீர் ஏற்ற இறக்கங்களினால் வரக்கூடிய இழப்பைத் தவிர்த்துவிடலாம்.

வருமான வரி விலக்கு இருக்கும் திட்டங்களில் முதலீடு செய்தால், போடுகிற பணத்திற்கும் அதிலிருந்து கிடைக்கிற வருமானத்திற்கும் வரியைத் தவிர்க்கலாம். அதன் மூலமும் கூடுதல் பணத்தைச் சேமிக்கலாம்.

அதற்கான ஓர் ஏற்பாடுதான் ELSS. ஈ.எல்.எஸ்.எஸ் என்பதன் விரிவு, பங்குகளுடன் இணைக்கப்பட்ட சேமிப்புத் திட்டம் (Equity linked savings scheme).

ஆமாம். அடிப்படையில் இது ஒரு சேமிப்புத் திட்டம். இந்தத் திட்டத்தில் ஒரே தவணையாகவும் கட்டலாம். அல்லது மாதா மாதமும்

கட்டலாம். மாதா மாதம் கட்டுவதென்றால், சீட்டுக் கட்டுவதுபோல, இந்த திட்டத்தில், நாம் முடிவு செய்துகொண்ட தொகையை ஒவ்வொரு மாதமும் தொடர்ந்து கட்டி வரவேண்டும்.

நாம் கட்டும் பணத்தை, திட்டத்தின் ஃபண்டு மேனேஜர் எனப்படும், பங்குச்சந்தையின் போக்கு தெரிந்தவர், சந்தையில் முதலீடு செய்வார். கிடைக்கிற லாபம், அந்தத் திட்டத்தில் சேர்ந்தவர்களுக்கு கட்டிய தொகைக்கு ஏற்ப கிடைக்கும்.

நேரடியாக பங்குகளிலோ, பரஸ்பர நிதிகளிலோ முதலீடு செய்தால், போடப்படுகிற பணத்திற்கு வருமான வரிச் சலுகை கிடையாது. ஆனால், ELSS திட்டத்தில் போடும் பணத்திற்கு 80 C யின் கீழ் லட்ச ரூபாய்வரை வருமான வரி விலக்கு உண்டு.

வரிச் சலுகை பெற இந்த 'லாக் இன்' அவசியம் என்பதால், ELSS திட்டத்தில் சேர்ந்தவர்கள் அந்தப் பணத்தை வேண்டிய நேரம் திரும்ப எடுக்க முடியாது. இந்த திட்டத்திற்கு 'லாக் இன்' காலம் உண்டு. மூன்று ஆண்டுகள் கழித்துத்தான் திரும்பப் பெறலாம்.

ஆனால், வங்கி டெபாசிட்டுகள் (5 ஆண்டுகள்) யூலிப் பாலிசிகள் (5 ஆண்டுகள்), தேசிய சேமிப்புப் பத்திரம் (6 ஆண்டுகள்), பப்ளிக் பிராவிடெண்ட் ஃபண்டு (15 ஆண்டுகள்) போன்றவற்றுடன் ஒப்பிட்டால், ELSSக்கு ஆகும் மூன்று ஆண்டுகள் 'லாக் இன்' என்பதுதான் இருப்பனவற்றிலேயே குறைவு.

ELSS திட்டங்களில் சேருபவர்களுக்குக் கிடைக்கிற வருமானத்தை அவர்கள் எப்படி, எப்போது பெற விரும்புகிறார்கள் என்று அவர்கள் தேர்வு செய்யலாம். இடையில் ஏதும் தர வேண்டாம். மூன்று ஆண்டுகள் முடிந்த பிறகு தந்தால் போதும் என்று நினைப்பவர்கள், குரோத் எனப்படும் வளர்ச்சித் திட்டத்தில் சேர்ந்துவிடலாம். அவர்கள் ELSS யூனிட்டுகளின் மதிப்பு (நெட் அசெட் வேல்யூ - NAV) அதிகரிக்கும்.

இல்லை எனக்கு வருமானம் வேண்டும். அதனால் நீங்கள் இயன்ற போது டிவிடெண்ட் கொடுத்துவிடுங்கள் என்று - 'டிவிடெண்ட் ஆப்ஷன்'னைத் தேர்வு செய்யலாம். மூன்று ஆண்டு காலத்தில், லாபம் செய்கிற போது, ELSS நிர்வாகம் டிவிடெண்ட் வழங்கும். இந்த வருமானத்திற்கு வரி இல்லை.

எனக்கு டிவிடெண்ட் வேண்டும். ஆனால் அந்தப் பணத்திற்கும் உங்கள் திட்டத்தின் யூனிட்டுகளையே தந்துவிடுங்கள் என்று - 'ரீ இன்வெஸ்ட்மெண்ட் ஆப்ஷன்'னைத் தேர்வு செய்யலாம்.

ELSS திட்டத்தில் இருந்து விலகும்போது கிடைக்கும் லாபத்திற்கு- அது மதிப்பு உயர்வான கேப்பிடல் கெயின்ஸுக்கும் வருமான வரி இல்லை.

பிப்ரவரி 2014 நிலவரப்படி, வேல்யூ ரிசர்ச்சர் என்கிற இணையத் தளத்தில் வெளியிடப்பட்டிருக்கும் சிறந்த ELSS முதலீட்டுத் திட்டங்களின் தர வரிசை (ரேங்க்) வருமாறு.

Best ELSS Funds

1. Canara Robeco Equity Tax Saver Regular
2. ICICI Prudential Tax Plan Reg
3. Franklin India Taxshield
4. L&T Tax Advantage
5. Quantum Tax Saving
6. Reliance Tax Saver
7. Religare Tax Plan
8. HDFC Taxsaver
9. HDFC LT Advantage
10. Taurus Tax Shield
11. Axis Long Term Equity
12. ING Tax Savings
13. BNP Paribas Tax Advantage Plan
14. Birla Sun Life Tax Plan
15. SBI Magnum Taxgain
16. HSBC Tax Saver Equity
17. Sahara Tax Gain
18. Kotak Tax Saver
19. DSPBR Tax Saver
20. Tata Tax Saving
21. Sundaram Taxsaver
22. Edelweiss ELSS
23. IDFC Tax Advantage (ELSS)
24. UTI Equity Tax Savings

25. BOI AXA Tax Advantage Eco
26. BOI AXA Tax Advantage Reg
27. L&T Tax Saver
28. Birla Sun Life Tax Relief 96
29. LIC Nomura MF Tax Plan
30. Baroda Pioneer ELSS 96
31. Principal Personal Tax Saver
32. DWS Tax Saving
33. Principal Tax Savings
34. JM Tax Gain

(Ranking by Value Research Online

http://indiaranker.com/mutual&funds/elss>).

13

தங்கத்தில் முதலீடு; சரியா தவறா?

சேமிக்கும் பணத்தை எங்கே முதலீடு செய்வது என்பது பற்றி அதிகம் யோசிக்காமல் பலரும் சுலபமாகச் செய்யும் முதலீடுகளில் ஒன்று, தங்கம் வாங்குவது. கையில் எப்போது பணம் கிடைத்தாலும் சிலர், சிறிதோ பெரிதோ நகைகள் வாங்குவார்கள். வேறு சிலர் தங்க நாணயங்களை, சவரன்களை வாங்குவார்கள்.

உபரியாகச் சேருகிற பணம், எதிர்பாராமல் கிடைக்கிற தொகைகள் மட்டுமல்ல, எவருக்கும் கொடுக்க நினைக்கும் பரிசுகள் போன்றவையும் போய் முடிவது தங்கத்தில்தான்.

'என்றைக்கு இருந்தாலும் தங்கம் கெடாது; அதிகம் யோசிக்க வெல்லாம் தேவையில்லை, பேசாமல் தங்கத்தில் ஏதாவது வாங்கிவிடு' என்பதுபோலதான் அவர்களுக்குச் சொல்லப்படும் ஆலோசனைகளும் இருக்கும். வாங்கிவிடுவார்கள்.

வாய்ப்புக் கிடைக்கும்போதெல்லாம் தங்கம் வாங்கவேண்டும் என்கிற அணுகுமுறை சரியா? தங்கம் என்பது எல்லா விதங்களிலும் சிறந்த முதலீடா? இந்தக் கேள்விகளுக்கான பதில்களைச் சற்று விரிவாகவே பார்ப்போம்.

•

சேமிக்க வேண்டும் என்பது அடிப்படை. ஆனால் சேமித்தால் மட்டும் போதாது. சேமிக்கும் பணத்தை சரியாக முதலீடு செய்யவேண்டும்.

முதலீடுகள்தான் வருமானம் தரும். முதலீடுகளை எடுத்தேன் கவிழ்த்தேன் என்று செய்துவிடமுடியாது. முதலீடு செய்யும்போது மூன்று முக்கிய கோணங்களில் இருந்து ஆராய்ந்து பார்த்துச் செய்ய வேண்டும்.

முதலாவது, நாம் போடுகிற பணம் பத்திரமாக இருக்குமா? முதலுக்கே மோசம் செய்துவிடாத முதலீடா என்று பார்க்கவேண்டும்.

இருபது இருபத்து ஐந்து ஆண்டுகளுக்கு முன்பு பலரும் அவர்கள் பணத்தை, '24% வட்டி', '36% வட்டி + ஒரு கிராம் தங்க நாணயம்' போன்ற திட்டங்களில் டெபாசிட் செய்தார்கள். சில மாதங்கள் வட்டி ஒழுங்காக வந்தது. சந்தோஷப்பட்டார்கள். மேலும் பணத்தைப் போட்டார்கள். அதன்பின், வட்டி வருவது நின்றது மட்டுமல்ல, போட்ட பணமும் வரவில்லை. மொத்தமாகப் போய்விட்டது.

விவரம்தெரியாமல் பங்குகளில் போடுகிற பணமும் இப்படி ஒரேயடியாகக் காணாமல் போகிற ஆபத்து உண்டு.

2006, 2007, 2008ம் ஆண்டுகளில் யூலிப் திட்டத்தில் பணம் போட்டவர்களின் நிலைமையும் இப்படித்தான் ஆனது. போட்ட பணம் வளர்ச்சியடையாதது மட்டுமில்லை. போட்ட தொகை குறைந்தும் போனது. வானொலி, தொலைக் காட்சி விளம்பரங்களில், எவராலும் கேட்டுப் புரிந்துகொள்ளவே முடியாத வேகத்தில் சொல்வார்களே, 'இவை சந்தை நிலவரங்களுக்கு உட்பட்டவை, முழு விவரங்களுக்கு ஆபர் டாக்குமெண்டைப் பார்க்கவும்' என்று. அதேதான். சந்தை நிலவரங்களில் அடிபட்டு, அவர்கள் போட்ட 'முதல்' கரைந்துபோனது.

காலம் தோறும் இப்படிப்பட்ட, மக்களின் ஆசையைப் பயன்படுத்திக் கொள்கிற திட்டங்கள் வந்துகொண்டேதான் இருக்கும். அந்த வரிசையில் சில ஆண்டுகளுக்கு முன்பு வந்தது ஈமு கோழி வளர்ப்புத் திட்டம்.

ஆக, முதலீட்டின் முதலாவது மற்றும் முக்கிய அம்சம், முதலுக்கான பாதுகாப்பு என்பதுதான். Safety first. 'போட்ட பணத்திற்கு பாதுகாப்பு' என்ற தராசில் நிறுத்துப் பார்த்தால், தங்கத்தில் செய்யும் முதலீட்டின் மதிப்பெண் என்ன?

நூற்றுக்கு 80 க்கும் மேல்.

என்னது நூற்றுக்கு எண்பதுதானா! தங்கத்தில் போடும் பணத்திற்கே நூற்றுக்கு நூறு பாதுகாப்பு இல்லையா என்ன? சிலர் கேட்கலாம்.

சரியான சந்தேகம்தான். ஆனால், நூறு மதிப்பெண் கொடுக்க முடியாததற்குக் காரணங்கள் உண்டு.

எல்லோரும் ஹால்மார்க் முத்திரை போன்றவற்றைப் பரிசோதித்து தங்கம் வாங்குவதில்லை, சில கடைகளில் வாங்குகிற நகையில் இருக்கும் தங்கத்தின் 'மாத்து' எனப்படும் 'பியூரிட்டி' அல்லது அதன் 'கேரட்' குறைவாக இருக்கும். 22 கேரட் என்று விலைகொடுத்து வாங்கும் நகை 22 கேரட்டாக இருந்தால் சரி. அப்படி இல்லா விட்டால்? நகையின் சில பகுதிகள் மட்டும் அப்படி குறைவான கேரட்டினால் இருக்கும் வாய்ப்பும் உண்டு.

மதிப்பெண் குறைவதற்கு இது ஒரு காரணம். தவிர, வாங்கும் நகையின் எடை சரியாக இருக்க வேண்டும். மேலும், கூலி சேதாரம் என்ற வகையில் 10 முதல் 30 சதவிகிதம்வரை கூட, தங்கத்தின் எடையை விடக் கூடுதல் பணம் கொடுத்து நகை வாங்கும்போது, அதன் மதிப்பு வாங்கிய உடனேயே அந்த அளவிற்குக் குறைந்துவிடுகிறது.

கார் அல்லது பைக் வாங்கி 'ரெஜிஸ்தர்' செய்தவுடன் விற்க விரும்பினால், உடனடியாக அதன் விலை அந்த ரெஜிஸ்திரேஷன் தொகை அளவு குறைந்து விடுவது போலத்தான் இதுவும். மொபைல் போன்களின் விலைகள்கூட அப்படித்தானே! பில் போடும் வரை ஒரு விலை. போட்டு நாம் வாங்கியபின் அது செகண்ட் ஹேண்ட் போன். விலை மதிப்பு குறைவுதான்.

சில ஆண்டுகளுக்கு முன்பு நடந்தது இது. நடுத்தர வயதுப் பெண் அவர். ஆசைப்பட்டு, கணவனிடம் வெகுநாட்கள் கேட்டு, காசுமாலை ஒன்று வாங்கினார். ஆனால், அவர் வாங்கியபோது அதன் பேஷன் குறைந்து கொண்டேவந்த நேரம். ஆனாலும் வாங்கிவிட்டார். அணியவே யில்லை. புதியதாகவேதான் இருந்தது. இரண்டு ஆண்டுகளுக்குப் பின் வேறு நகை வாங்கவேண்டுமென்று போனவர், கைப்பையில் காசு மாலையையும் எடுத்துவைத்துக்கொண்டார்.

நீளமான தங்க ஆரம்தான் அவர் இந்த முறை தேர்ந்தெடுத்தது. கணவர் எடுத்துவந்திருந்த பணத்தைவிட, ஆரத்தின் விலை மிக அதிகம். கணவர் திகைக்கிறார். 'நோ பிராப்ளம்' என்று மனைவி கைப்பையில் இருந்த காசுமாலையை எடுத்து கவுண்டரில் நீட்டுகிறார். 'இது என்ன எடை இருக்கு என்று பாருங்க. இதை எடுத்துக்கிட்டு மீதத்திற்கு பில் போடுங்க.' அவர் முகத்தில் பெருமிதம் கலந்த புன்னகை. கணவன் முகத்தில் வியப்பு.

நல்ல கனமான காசுமாலை. புதிதுதான். ஆனால் அதற்கு நகை விலையா கிடைக்கும்? தவிர, வாங்கியபோது கொடுத்த கூலியையும் சேதாரத்தையும் கணக்கில் எடுத்துக்கொள்வார்களா? அவருக்குக் கிடைக்குமா?

'உருக்கிப் பார்த்துத்தான் விலை சொல்லமுடியும்' என்றார்கள். உள்ளே போனார்கள். உடன், 'நீங்களும் வாருங்கள், பார்த்துக் கொள்ளுங்கள்' என்று கணவரையும் அழைத்துப் போயிருக்கிறார்கள். காஸ் பைப் வைத்து அதன்மீது நெருப்பைப் பீச்சினார் அந்தப் பொற் கொல்லர். கணவரின் கண்முன் தங்கக் காசுகள் சிவந்து, குழைந்து, உருகி தங்கக் குழம்பாக உருண்டு பின் உருண்டையானது.

கேரட் குறைவு என்று சொல்லி ஒரு விலை போட்டார்கள். மொத்தத்தில் காசுமாலை ஆரம் ஆனதில் நல்ல நட்டம். அதே கடையில் வாங்கிய நகை என்றால் மட்டும் இந்த விலைப் பிரச்னை இருக்காது.

மற்றபடி, நகை வாங்கி, நகையை மாற்றி, நகையை விற்று மீண்டும் நகை வாங்கிச் செய்யும் முதலீட்டுக்கெல்லாம், நூற்றுக்கு நூறு மதிப்பெண் கொடுக்க முடியாது. இதில் முதலுக்கு கண்டிப்பாக 'சேதாரம்' ஆகவே செய்யும். அதனால்தான் மதிப்பெண் நூற்றுக்கு எண்பது அல்லது அதற்குச் சற்று மேல். அவ்வளவுதான்.

ஆசைக்கு நகை போட்டுக்கொண்டால் தவறா? அதில் போய் இப்படி எல்லாம் கணக்குப் பார்க்கமுடியுமா? பார்க்கலாமா? என்ற கேள்விகள் சிலருக்கு வரலாம். நியாயமான கேள்விகள்தான். அந்தக் கேள்விகளுக் கான பதில் என்ன தெரியுமா?

தவறே இல்லை. அழகிற்கு நகை, ஆசைக்கு நகை என்று வாங்கும் போது இப்படியெல்லாம் யோசிக்கவேண்டாம். ஆராயத் தேவை யில்லை. நல்ல பட்டுப்புடவை வாங்குவதுபோல அல்லது குடும்பத்துடன் போய் நல்ல ஹோட்டலில் சாப்பிடுவது போலத்தான் இதுவும். மெனுவைப் பார்க்கவேண்டும். விலையை அல்ல.

ஆனால், 'நான் வாங்குவது நகைதான் என்றாலும் அது ஒரு முதலீடு தெரியுமா? நான் வாங்குகிற தங்கம் என்ன கெட்டா போகிறது? தொடர்ந்து விலை உயர்ந்து அது நமக்கு லாபம்தானே தருகிறது!' என்பது போன்ற நினைப்புகள் உள்ளிருந்தால், உள்ளிருந்து, தங்கத்தை நோக்கித் தொடர்ந்து உங்களை நகர்த்திக் கொண்டேயிருந்தால்... அந்த நினைப்புகளை சரி பார்த்துக்கொள்ளவேண்டியது அவசியம்.

காரணம், செலவு என்பது வேறு, முதலீடு என்பது வேறு.

இதெல்லாம் நகைக்குச் சரி. நான் சவரனாகத்தானே வாங்குகிறேன். இதில் எங்கிருந்து கூலி மற்றும் சேதாரம் வரும்? என்று சிலர் கேட்கலாம்.

14

செல்வ மகள் சேமிப்புத் திட்டம்

‘ஆனந்த யாழை மீட்டுகிறாய், அடி
நெஞ்சில் வண்ணம் தீட்டுகிறாய்.
அன்பெனும் குடையை நீட்டுகிறாய்
அதில் ஆயிரம் மழைத்துளி கூட்டுகிறாய்’

என்ற தேசிய விருது பெற்ற பாடல் வரிகள் நினைவிருக்கலாம். தங்கமீன்கள் படத்திற்காக கவிஞர் நா. முத்துக்குமார் எழுதியது. பெண் பிள்ளைகள் என்றாலே நம் நாட்டில் தனி மரியாதைதான். வீடுகளில் தனி செல்லம்தான். அதற்கு அரசாங்கங்களும் விதிவிலக்கல்ல.

பாரதப் பிரதமர் மோடி, 2015ம் ஆண்டு ஜனவரி மாதம் ‘சுகன்யா சம்ரிதி யோஜனா’ என்ற ஒரு திட்டத்தை அறிவித்தார். ஆங்கிலத்தில் அதை 'Girl Child Prosperity scheme' என்கிறார்கள். தமிழில் அதன் பெயர் ‘செல்வ மகள் சேமிப்புத் திட்டம்.’

செல்வ மகள் சேமிப்புத் திட்டத்தில் போடப்படும் பணத்திற்கும், அது முதிர்வடையும்போது வழங்கப்படும் தொகைக்கும் வருமான வரி கிடையாது என்று பட்ஜெட் உரையில் மத்திய நிதியமைச்சர் அறிவித்தார். இந்த அறிவிப்பினால் இந்தத் திட்டமானது அதில் சேருகிறவர்களுக்கு லாபகரமான திட்டமாக மாறிவிட்டது.

மகளோ, பேத்தியோ அல்லது வேறு உறவோ. பத்துக்கும் குறைவான வயதில் பெண் பிள்ளைகள் இருப்பவர்கள் இந்தத் திட்டத்தைப் பயன்படுத்திக்கொள்ளலாம்.

யார் சேரலாம்?

செல்வ மகள் சேமிப்புத் திட்டத்தில் பத்து வயது அல்லது பத்துக்கும் குறைவான வயதாகும் பெண் பிள்ளைகள் மட்டுமே சேர முடியும். மற்றவர்கள் பெயரில் இந்தக் கணக்குத் துவங்க முடியாது. இந்தத் திட்டம் அறிமுகப்படுத்தப்பட்ட 2015ம் ஆண்டிற்கு மட்டும் ஒரு சிறிய விதிவிலக்கு கொடுத்தார்கள்.

அந்த விதிவிலக்கின்படி, வயது பத்துக்கும் மேலாக ஓர் ஆண்டு கூடுதல் ஆகியிருந்தாலும், அதாவது 2003ம் ஆண்டு டிசம்பர் 2 ம் தேதிக்குப் பின் 2004ம் ஆண்டு டிசம்பர் 1 ம் தேதிக்குள் பிறந்த பெண் குழந்தைகள் அவர்களுக்கு வயது பத்துக்கு மேல் ஆகியிருந்தாலும் இந்தத் திட்டத்தில் சேர அனுமதி உண்டு. அப்படிச் சேர கடைசி நாள் 01.12.2015 என்று அறிவித்தார்கள். அநேகர் சேர்ந்தார்கள்.

சரி, இந்த செல்வ மகள் சேமிப்புத் திட்டத்தில் யார் கணக்குத் துவங்கலாம்? என்ன சான்றிதழ்கள் தேவை?

பெண் குழந்தையின் பெற்றோர்தான் துவங்க வேண்டும். பெற்றோர் இருவரும் இல்லாதபட்சம் மட்டும் அந்தப் பெண்ணின் சட்டபூர்வ மான கார்டியன் கணக்குத் துவங்கலாம்.

குழந்தையின் பிறப்புச் சான்றிதழ், கணக்கு துவங்குபவரின் அடையாள அட்டை மற்றும் அவரது முகவரி சான்றிதழ் ஆகியவை போதும். அஞ்சலகங்கள் அல்லது அரசு குறிப்பிட்டிருக்கும் 28 வங்கிகளில் செல்வ மகள் திட்டக் கணக்கைத் துவங்கிவிடலாம். பாரத ஸ்டேட் வங்கி, இந்தியன் வங்கி, பேங்க் ஆஃப் பரோடா, பஞ்சாப் நேஷனல் வங்கி, கனரா வங்கி ஆகியவை அவற்றில் சில.

எவ்வளவு கட்ட வேண்டும்?

திட்டத்தில் சேருகிறவர்கள் ஒவ்வொரு ஆண்டும் குறைந்தபட்சம் ரூ 1,000 கட்ட வேண்டும். கட்டுகிற தொகைகள் ஆண்டுக்கு ஆண்டு மாறுபடலாம். ஓர் ஆண்டில் அதிகபட்சமாக ரூ ஒன்றரை லட்சம்தான் கட்டலாம். கட்டுகிற பணத்தை சீட்டுக் கட்டுவதுபோல, எஸ் ஐ.பி. போல மாதாமாதமும், மாதம் 100 முதல் 12,500 கூடக் கட்டலாம்.

எப்படிக் கட்டினாலும் திட்டத்தில் தொடருவதற்கு ஆண்டுக்குக் குறைந்தபட்சம் ரூ 1,000 கட்ட வேண்டும். எந்த ஓர் ஆண்டும் ரூ 1,000 கட்டத் தவறினால் அதன்பிறகு ரூ 50 அபராதம் செலுத்திவிட்டுத்தான் சேமிப்பைத் தொடரமுடியும்.

இந்தத் திட்டத்தினால் என்ன பலன்?

கட்டுகிற பணத்திற்கு வருமான வரிச் சட்டம் பிரிவு 80-சி யின் கீழ் முழு வரி விலக்கு உண்டு. அதேபோல, முதிர்வுத் தொகையைப் பெறும் நேரமும் பெறுகிற முழுத்தொகைக்கும் வரி கிடையாது.

செல்வ மகள் சேமிப்புத் திட்டத்தில் சேரும் பணத்திற்கு ஆண்டுக்கு ஒருமுறை கணக்கிட்டு 9.1% வட்டி தருவார்கள். அந்த வட்டியைக் கையில் தரமாட்டார்கள். கணக்கில் சேர்த்துவிடுவார்கள். தற்சமயம் இருக்கிற பல்வேறு சிறுசேமிப்புத் திட்டங்களுடன் ஒப்பிடுகையில் ஆண்டுக்கு 9.1% என்பது நல்ல வட்டி. அதுவும் வரிவிலக்குடன். இதனுடன் ஒப்பிடக்கூடிய மற்றொரு சிறுசேமிப்புத் திட்டத்துடன் வைத்துப்பார்த்தால், பி.பி.எப். ல் இந்த ஆண்டு வட்டி 8.75% ஆக இருக்கிறது.

எவ்வளவு காலம் பணம் கட்ட வேண்டும்?

திட்டம் 21 ஆண்டுகளுக்கான திட்டம். ஆனால் பணம் கட்டுவது அதிகபட்சமாக 14 ஆண்டுகளுக்குத்தான். அதன் பிறகு பணம் கட்ட வேண்டாம். கட்டவும் முடியாது. கணக்கில் இருக்கிற பணத்திற்கு வட்டியைக் கணக்கிட்டு, முதிர்வுகாலம் வரை கணக்கில் சேர்த்துக் கொண்டே வருவார்கள்.

முதிர்வு எப்போது?

கணக்குத் துவங்கியதில் இருந்து 21 ம் ஆண்டுடன் இந்த திட்டம் முதிர்வு அடைந்துவிடும். அதன் பிறகும் தொடருவதென்றால் தொடரலாம். கணக்கில் இருக்கிற பணத்திற்கு வட்டி உண்டு.

கணக்குதாரர் விரும்பினாலும், 18 வயதிற்குப் பின் எந்த வயதில் திருமணம் நடந்தாலும் அதன்பின் இந்தத் திட்டத்தில் தொடர முடியாது.

முதிர்வுத் தொகை கணக்குதாரரான பெண்ணிடம்தான் வழங்கப்படும்.

கணக்குத் துவங்கி 21 ஆண்டுகள் காத்திருக்காமல் முன் கூட்டியே விலக முடியாதா?

முடியும். ஆனால் விலகுவதற்கு இரண்டு நிபந்தனைகள் உண்டு.

1) கணக்குதாரருக்கு 18 வயது நிரம்பியிருக்க வேண்டும். மேலும்

2) அவருக்கு திருமணம் முடிந்திருக்க வேண்டும்.

அப்படியிருந்து விண்ணப்பித்தால், கணக்கை முடித்து மொத்தப் பணத்தையும் கொடுத்துவிடுவார்கள். கொடுக்கப்படும் தொகை எவ்வளவாக இருந்தாலும் அதற்கு வருமான வரி இல்லை.

இடையில் பணம் தேவைப்பட்டால்?

கணக்கு வைத்திருக்கும் பெண்ணுக்கு 18 வயது ஆன பிறகு, தேவைப் பட்டால் கணக்கில் இருக்கும் பணத்தில் பாதியை பெற முடியும். இந்தத் திட்டத்தில் 50% பார்ஷியல் வித்டிராவல் அனுமதிக்கப்படுகிறது. இது அந்தப் பெண்ணின் கல்வி போன்ற செலவுகளுக்கு உதவுவதற்காக.

18 வயதாகும்வரை போட்ட பணத்தை எடுக்கவே முடியாது. அது முழு 'லாக் இன்.' 18 வயதிற்குப் பின் பாதிப் பணத்தை எடுக்கலாம். திருமணத்திற்குப் பின் முழுப்பணத்தையும் எடுக்கலாம். பெற்றோர் அல்லது கார்டியன் மிக மோசமான நிதி நெருக்கடியில் இருக்கும் பட்சம் மட்டும் அதற்கென உள்ள தனிப் படிவத்தின் மூலம் விண்ணப்பிக்கலாம். பரிசீலனைக்குப் பின் கணக்கை முடித்து பணம் கொடுப்பார்கள்.

ஒரு பெண் குழந்தைக்கு எத்தனை கணக்குகள் ஆரம்பிக்கலாம்?

ஒரு பெண் குழந்தையின் பெயரில் ஒரு கணக்குதான் ஆரம்பிக்க முடியும். இரண்டு பெண் குழந்தைகள் இருக்கும் பெற்றோர் இரண்டு குழந்தைகளின் பெயரிலும் தனித்தனியே இரண்டு கணக்குகள் துவங்கி சேமிக்கலாம். இரண்டாவது பிரசவத்தில் இரண்டு பெண் குழந்தைகள் என்றால் மட்டும் முதல் பிரசவத்தில் பிறந்த பெண்ணுக்கும் சேர்த்து மொத்தம் மூன்று தனித்தனி கணக்குகள் துவக்க அனுமதி உண்டு. முதல் பிரசவத்திலேயே மூன்று பெண் குழந்தைகள் என்றாலும் மூன்று கணக்குகளுக்கு அனுமதி தருகிறார்கள். மற்றபடி ஒரு குடும்பத்தில் இரண்டு பெண் பிள்ளைகளுக்குத்தான்.

வாரிசுதாரர் எனும் நாமினேஷன் வசதி இந்தத் திட்டத்தில் இல்லை. கணக்குதாரருக்கு ஏதும் நிகழும் பட்சம் கணக்கைத் துவங்கிய பெற்றோர் அல்லது கார்டியனிடம் கணக்கு முடித்துக் கொடுக்கப்படும்.

பெண் குழந்தைகள் இருப்பவர்களுக்கு இந்த செல்வ மகள் சேமிப்புத் திட்டம் சரி. எங்களுக்கு வேறு ஏதாகிலும்... என்கிறீர்களா?

ஏன் இல்லாமல்..! அடுத்த அத்தியாயத்தில் சொல்லவிருப்பது... தங்கத்தில் முதலீடு பற்றி.

15

தங்கத்தை நாணயமாகச் சேமிக்கலாமா?

தங்க நகைகள் வாங்கும்போது அதில் கூலி, சேதாரம் என்கிற இழப்புகள் கொஞ்சம் உண்டு. தவிர, ஒரு நகையை விற்றாலும் அல்லது ஒரு நகையைக் கொடுத்து வேறு ஒரு நகை வாங்கினாலும், அந்தப் பரிவர்த்தனையில் நகை வாங்குபவருக்குக் கொஞ்சம் நட்டம் ஏற்படவே செய்யும்.

அந்த நட்டத்தின் அளவு என்ன என்பது எல்லோருக்கும் தெரியும் என்று சொல்லமுடியாது.

உதாரணத்திற்கு ஒருவர் வாங்குகிற ஒரு குறிப்பிட்ட நகையில், வேஸ்டேஜ் எனப்படும் சேதாரம் ஐந்து சதவிகிதம் மற்றும் செய்கூலி 15 சதவிகிதம் என்று வைத்துக்கொள்வோம். அவர் லட்ச ரூபாய் மதிப்பிலான தங்கத்தில் அந்த நகையை வாங்கினால், கூலி சேதாரம் சேர்த்து அவருக்கு ரூபாய் லட்சத்து இருபதாயிரம் பில் தருவார்கள்.

அல்லது அந்த நகையின் பில் தொகை லட்ச ரூபாய் என்றால் அவரிடம் ரூபாய் எண்பதாயிரத்துக்கான தங்கம் மட்டுமே நகையாகக் கொடுக்கப்படும். இவையெல்லாம் கூலி 15% மற்றும் வேஸ்டேஜ் 5 % ஆக இருந்தால். நகைகளைப் பொறுத்தும், வாங்கும் கடைகளைப் பொறுத்தும் அவற்றின் சதவிகிதங்கள் மாறும். அப்படி மாறினால் தொகையும் மாறும் என்று சொல்லத் தேவையில்லை.

இதென்ன அநியாயமாக இருக்கிறதே! கடைக்காரர்கள் ஏன் இப்படிச் செய்கிறார்கள்? இவ்வளவு அதிகம் வைத்து விற்கிறார்கள் என்று சிலர் நினைக்கக்கூடும்.

இதை அநியாயம் என்று சொல்ல முடியாது. அவர்கள் வியாபாரம் செய்கிறார்கள். அதற்காக கடை வைத்திருக்கிறார்கள். கடைக்கான வாடகை, அதன் அலங்காரம், ஏசி. அங்கு பணிபுரிவோருக்கான ஊதியம், அவர்கள் போட்டிருக்கும் முதலுக்கான வட்டி, அவர்கள் எடுக்கும் ரிஸ்க்குக்கான பிரீமியம், அவர்கள் செய்யும் விளம்பரச் செலவுகள் என்று அவர்கள் நகை விற்பனையின் மூலம் திரும்ப எடுக்க வேண்டிய நியாயமான தொகைகள் உண்டு.

இவை போக, அவர்களுக்கு ஓரளவு லாபமும் தேவை. இவற்றை அவர்கள் வியாபாரம் செய்யும் தங்க நகைகள்மீதுதான் வைத்தாக வேண்டும். இவற்றை நேரடியாகக் கேட்கும் வழக்கம் இல்லை. அதனால் லட்ச ரூபாய் தங்கத்தை எவராலும் லட்ச ரூபாய்க்கே தர முடியாது.

அப்படித் தந்தால் அல்லது தருவதாகச் சொன்னால், அதை மேலும் கவனமாக ஆராயவேண்டும். தங்கத்தின் தரம் சரியானதுதானா என்றும், தங்கம் என்று எடைபோடப்படுபவற்றுள் தங்கம் அல்லாத பொருள்களின் எடை என்ன என்றும் பார்க்க வேண்டும்.

தங்கம் இல்லாத பொருள் என்றால் அதில் பதிக்கப்பட்டிருக்கும் கற்கள் மற்றும் முத்து, எனாமல் போன்ற வேறு பொருள்கள். நம் நகையை விற்கும்போது அவற்றைப் பிரித்து எடுத்துவிடுவார்கள். ஆனால், புதிய நகை வாங்கும்போது அதை எப்படி பிரிப்பது, எடை பார்ப்பது? அப்படியென்றால் கற்கள் வைத்த நகைகள் வாங்குபவர்கள் அந்தக் கற்களுக்கும், தங்கத்தின் விலையே கொடுக்கிறார்கள். தெரிந்து கொடுத்தால் சரி. தவிர வாங்கும் பொருள்மீது வாட் வரி, ஒரு சதவிகிதம். லட்ச ரூபாய்க்கு 1000 ரூபாய் வரி.

ஆக, நகை வாங்கினால் அதில் நமக்குச் சேரும் தங்கத்தின் அளவு கொடுக்கும் பணத்தைவிட சற்றேனும் குறைவுதான். அதனால்தான் நகை என்ற முதலீட்டிற்கு மதிப்பெண் நூற்றுக்கு நூறு இல்லை. சுமார் எண்பது அல்லது சற்று அதிகமாகக் கொடுக்கலாம் என்றது. கவனித்திருப்பீர்கள், அதை முதலீடாகப் பார்க்கும்போது என்கிற வாக்கியத்தை.

ஆக, தங்க நகை என்பது, 'ஆபரணம்', 'அழகுப்பொருள்', 'ஆசைக்கு' என்கிற தராசில் நல்ல கனம். ஆனால்... முதலீடு என்கிற தராசில் அதன் எடை சற்றுக் குறைவுதான்.

அடுத்த தங்க முதலீடு, 'சவரன்', 'தங்க நாணயம்' அல்லது 'தங்கக் காசு' பற்றியது.

இந்தவகை முதலீட்டிற்கு நகையைவிடத் தாராளமாகக் கூடுதல் மதிப்பெண்கள் கொடுக்கலாம். எவ்வளவு கொடுக்கலாம்?

தொண்ணூற்றுக்கும் மேல் 95 வரைகூடக் கொடுக்கலாம். அட! இதற்கும் நூற்றுக்கு நூறு கிடையாதா என்கிற கேள்வி வருகிறதாக்கும்!

வரட்டும், வரட்டும். பதில் இருக்கிறது.

நாணயமாக வாங்கும்போது, கூலி, சேதாரம் என்றெல்லாம் போடமாட்டார்கள். ஆனால், விலையின் மீது ஒன்றிரண்டு சதவிகிதங்கள்வரை சர்வீஸ் சார்ஜ் போடுவார்கள். தவிர தங்கத்தின் மீது போடப்படுவது போலவே வேல்யூ ஆடட் டேக்ஸ் எனப்படும் வாட் வரியும் உண்டு. தமிழ்நாட்டில் 'வாட்' வரி ஒரு சதவிகிதம்.

தங்க நாணயம் வாங்கும்போது ஆகும் செலவு இது. ஆக முதலீடு செய்ய ஆகும் இந்தச் செலவில் போன பணம் போனதுதான். திரும்ப வராது. மேலும் சவரன்போல இருக்கும் இந்தத் தங்கத்தின் பியூரிட்டியும் வாங்கும் இடத்தைப் பொறுத்து மாறலாம். இங்கும் வாடிக்கையாளர் எச்சரிக்கையுடன் இருக்கவேண்டும்.

21.4.2015 அட்சயதிருதியை அன்று மூன்று வங்கிகளில் இருந்த விலை விவரங்களைப் பாருங்கள். இவற்றிலேயே விலை வித்தியாசங்கள் இருக்கின்றன. அப்படியென்றால் நகைக் கடைகளைப் பற்றிக் கேட்கவா வேண்டும். இத்தனைக்கும் கடந்த 2013ம் ஆண்டு நிதியமைச்சர் பொதுத்துறை வங்கிகளை தங்க நாணயங்கள் விற்கவேண்டாம் என்று கேட்டுக்கொண்டார்.

GOLD COIN RATES

Gold Coin Rates (in Rs.) as on 21-Apr-2015 (Excluding VAT, Any other local taxes as applicable)							
Gram	2	4	5	8	10	20	50
Rate	5862	11550	14394	23036	28751	57260	142501

ஏப்ரல் 21 அன்று பாரத ஸ்டேட் வங்கியின் வலைதளத்தில் காணப்படும் தங்க நாணயங்களின் வரிக்கு முந்தைய விலைகள் வருமாறு.

அதே நாள் பேங்க் ஆஃப் இந்தியாவின் வலைதளத்தில் காணப்படும் தங்க நாணயங்களின் வரிக்கு முந்தைய விலைகள்.

Today's Selling Price for (Date : 21.04.2015) exclusive of Sales Tax / VAT)	
Weight of Coin	Price in Rs.
4 gms.	12,245.00
5 gms.	14,675.00
8 gms.	24,414.00
10 gms.	29,221.00
20 gms.	57,620.00
50 gms.	1,42,415.00

இவை பேம்ப் ரிபைனரி, ஸ்விட்சர்லாந்தில் இருந்து இறக்குமதி செய்யப்பட்டவையாம். 99.99% சுத்தமானவையாம்.

அன்றைய தினமே ICICI வங்கியின் வலைத்தளத்தில் காணப்படும் தங்க நாணயங்களின் வரிக்கு முந்தைய விலைகள். இவர்களும் 99.99% சுத்தத் தங்கம் என்று எழுதியிருக்கிறார்கள்.

வங்கிகள் தங்கம் விற்கும். ஆனால், நம்மிடம் இருந்து திரும்ப வாங்கிக்கொள்ளாது. விற்கவேண்டுமென்றால் அதற்கு நாம் நகைக்கடைகளுக்குத்தான் போகவேண்டும்.

ICICI Bank Pure Gold Rate (IN Rs.) as on 21-April 2015 **CLICK HERE TO BUY**		
Sr. No.	Denomination	Price (Excl. Taxes*)
1	0.5g	1842.06
2	1g	3578.57
3	2.5g	8183.9
4	5g	16018.39
5	5g	16367.81
6	8g	25407.4
7	10g	31691.01
8	20g	63054.43
9	50g	157017.33
10	100g	313597.89

தங்க நாணயங்களை என்ன காரணங்களுக்காக மக்கள் வாங்குகிறார்கள்? 'பின்னால் நகை செய்துகொள்ள', 'பரிசளிக்க' மற்றும் 'முதலீடாக' என்று மூன்று முக்கியத் தேவைகளை காரணங்களாகச் சொல்லலாம்.

'பரிசளிக்க' என்பதில் எந்த விவாதமும் இல்லை. பரிசுப் பொருளுக்கு விலை பார்க்க முடியுமா? அழகாக நேர்த்தியாக இருப்பதாகப் பார்த்து வாங்கிவிட வேண்டியதுதான். நாணயங்கள் பல வடிவங்களில் கிடைக்கின்றன.

'பின்னால் நகை செய்துகொள்ள' என்பதும், 'முதலீடாகச் செய்வது' என்பதும் கொஞ்சம் புரிந்துகொள்ளப்படவேண்டியவை.

தங்கத்தை சிறிய அளவுகளில் தொடர்ந்து வாங்கிச் சேர்ப்பது என்பது, சிறு சேமிப்புபோல, சீட்டுக் கட்டுவதுபோல, சிஸ்டமேட்டிக் இன்வெஸ்ட்மென்ட் பிளான் - SIP - போலத்தான். அவற்றில் இருக்கும் அனுகூலமான 'சிறுதுளி பெருவெள்ளம்' தொடர்ந்து தங்க நாணயங்கள் வாங்கிச் சேர்ப்பதிலும் உண்டு. அந்த வகையில், கையில் சேருகிற தங்கம் சந்தோஷத்தைக் கொடுத்து, மேலும் கட்டுப்பாடாக இருந்து பணத்தைச் சேமித்து தங்கம் வாங்கத் தூண்டும். அந்த வகையில் இது செய்யவேண்டிய சேமிப்புதான்.

தங்க நாணயங்கள் வாங்குவது சுலபம், விற்பதுதான் சிரமம் என்று சொல்வோரும் உண்டு. எங்களிடம் வாங்கிய நாணயமாக இருந்தாலும் நாங்கள் திரும்ப வாங்க மாட்டோம் என்பது வங்கிகளின் நிலைப்பாடு. எங்களிடம் வாங்கிய தங்கம் என்றால் ஓக்கே. ஆனாலும் அதற்கு நீங்கள் நகையாக வாங்கிக்கொள்ளுங்கள் என்பார்கள் நகைக்கடைக்காரர்கள். வேறு இடங்களில் வாங்கிய நாணயங்களுக்கு சந்தையின் நடப்பு விலை கிடைப்பது அரிது. கொஞ்சம் குறையவே செய்யும். அதில் கடைக்காரர்களை குறை சொல்லமுடியாது. சந்தை விலைக்கு நமக்கு விற்று சந்தை விலைக்கு நம்மிடம் அவர்கள் ஏன் வாங்க வேண்டும்? அதில் அவர்களுக்கு என்ன லாபம்? அவர்கள் வியாபாரம்தானே செய்கிறார்கள்.

வாங்கிய இடத்திலேயே கொண்டுபோய்க்கொடுத்து நகை செய்து கொள்ள முயற்சிக்கலாம். அல்லது சரி போகிறது என்று விலையைக் கொஞ்சம் குறைத்துக்கொடுத்தே சவரன்களை விற்கலாம்.

அதைவிட தங்கத்தை நாணயங்களாக வாங்குவதில் பார்க்கவேண்டிய ஒரு முக்கிய விஷயம், போகப் போக தங்கத்தின் விலை கூடிக்கொண்டேயிருக்குமா என்பதுதான்.

ஒருவர் அவருக்கு மகள் பிறந்த ஆண்டில் இருந்து தொடர்ந்து இருபது ஆண்டுகளாக வெவ்வேறு அளவுகளில் தங்க நாணயங்கள் வாங்கிச் சேர்க்கிறார். அவர் மகள் திருமணத்தின்போது அவரிடம் மொத்தம் முப்பது சவரன் தங்கம் சேர்ந்திருக்கிறது. அதன் இன்றைய மதிப்பு சுமார் 8 லட்சத்து 58 ஆயிரம் ரூபாய்.

அவரால் அவர் மகள் திருமணத்தில் நகை போட, இவ்வளவு பெரிய தொகை உடனடியாகத் திரட்ட முடியாது. முப்பது ஆண்டுகளாக சேமித்த தங்கம் இப்போது கைகொடுக்கிறது.

ஒருகால் அவர் தங்கமாக வாங்கிச் சேர்க்காமல், தங்கம் வாங்கிய பணத்தை, சீட்டுக் கட்டியோ அல்லது வேறுவிதமாகவோ சேர்த்து, வங்கியில் டெபாசிட் செய்திருந்தால்... அல்லது எங்காவது நிலம் வாங்கியிருந்தால், முப்பது ஆண்டுகளில் அதன் மதிப்பு இந்த எட்டரை லட்சம் அளவு இருக்குமா அல்லது அதைவிடக் குறைவாக அல்லது கூடுதலாக இருக்குமா?

இப்படியும் பார்க்கலாம் இல்லையா?

ஒருகால் அதில்தான் நாணயத்திற்குக் கொஞ்சம் மதிப்பெண் குறைகிறதோ! பார்க்கலாம்.

16

சவரனில் சேமிப்பு - சாதக பாதகங்கள்

'முப்பது ஆண்டுகளில் சேர்த்த முப்பது சவரன் நகையின் இன்றைய மதிப்பு சுமார் ஆறரை (எட்டரை அல்ல) லட்சம் என்று தெரிகிறது. இதைச் செய்தவர் மனநிலை என்னவாக இருக்கும்?'

'இதென்ன கேள்வி நிச்சயம் மகிழ்ச்சியாகத்தான் இருக்கும்!'

'கேள்விப்படுபவர் மனநிலை?'

'அதுவும் சந்தோஷமே படும். தானும் இப்படிச் செய்திருக்கலாமே என்றும் நினைக்கலாம். அல்லது தான் செய்யத் தவறிவிட்டோமே என்று வருத்தப்படவும் செய்யலாம்!'

'இந்த நினைப்புகள் சரிதானா?'

'ஏன் இந்த நினைப்புகளுக்கு என்னவாம்! இப்படிச் செய்யாமல் இருந்திருந்தால் இந்த அளவு தங்கம் சேர்ந்திருக்குமா? மகளுக்குத் திருமணம் செய்யும் நேரம் ஒரு குடும்பத்தால் அவ்வளவு தங்கம் வாங்க முடியுமா?'

'உண்மைதான். சேமிப்பு என்கிற விதத்தில் பார்த்தால் முப்பது ஆண்டு காலத்தில் முப்பது சவரன் தங்கம் என்பது பிரமாதம். முதலுக்குப் பாதுகாப்பு என்ற விதத்திலும் பாராட்டுக்கு உரியதுதான். ஆனால்...'

'என்ன ஆனால்...?'

'அவர் தான் சேமித்த பணத்தைக் கொண்டு தொடர்ந்து தங்கம் வாங்கியிருக்கிறார். அப்படி அவர் தொடர்ந்து தங்கத்தில் போட்ட பணம் என்ன லாபம் தந்திருக்கிறது என்பதையும் கணக்குப் பார்க்கவேண்டும் அல்லவா?'

'இதில் கணக்குப் பார்க்க என்ன இருக்கிறது! சிறுபிள்ளையைக் கேட்டால்கூட சொல்லிவிடுமே, தங்கம் விலை என்ன ஆகிறது என்று! அன்றைக்கு பவுன் என்ன விலை, இன்றைக்கு என்ன விலை. தங்கம் எப்போதும் முன்பைவிட விலை கூடிக்கொண்டுதானே போகிறது!'

'எதையும் துல்லியமாக அளந்து பார்த்துவிடுவதுதானே சரியாக இருக்கும். கணக்குப் போட்டுப் பார்த்துவிடுவோமே. முப்பது ஆண்டுகளுக்கு முன் தங்கம் என்ன விலை விற்றது தெரியுமா?'

'நீங்களே சொல்லுங்கள்'

'1985 ல் கிராம் 213 ரூபாய். அப்படிப் பார்த்தால் அவர் முதல் ஆண்டு வாங்கிய ஒரு சவரன் தங்கத்தின் விலை ரூ.1,704. அந்த ஒரு சவரனின் 2015 விலை மதிப்பு ரூ 21,152. அதாவது பன்னிரண்டு மடங்கிற்கு சற்றுக் கூடுதல் (12.41 times)'

'அடேயப்பா! பன்னிரண்டரை மடங்கா! என்னவோ சொன்னீர்களே!! பிரமாதமாகக் கூடியிருக்கிறதுதானே!'

'சற்றுப் பொறுங்கள். இது கடந்த 30 ஆண்டுகளில் வாங்கிய தங்கத்தின் விலை மதிப்பு. அவர் தொடர்ந்து ஒவ்வொரு ஆண்டும் அல்லவா வாங்கியிருக்கிறார். ஒவ்வொரு ஆண்டையும் தனித்தனியாக பார்க்க இடமில்லை என்பதால்... ஒவ்வொரு ஐந்து ஆண்டுகளிலும் தங்கத்தின் விலை எப்படி இருந்திருக்கிறது என்று மட்டும் பார்ப்போம். அதுவே ஓரளவிற்குச் சரியானதாக இருக்கும். அதன்பிறகு ஒரு முடிவுக்கு வருவோம்.

ஆண்டு	1985	1990	1995	2000	2005	2010	2015
ஒரு கிராம் விலை ரூ.	213	320	465	439	616	1629	2644

'பார்த்தீர்களா'

'நீங்கள் கொடுக்கும் புள்ளி விவரங்கள் தெரிவிப்பதும் அதைத்தானே! தங்கத்தின் விலை தொடர்ந்து உயர்ந்துகொண்டுதாண் இருக்கிறது! எந்த ஆண்டிலாவது குறைந்திருக்கிறதா?'

'நீங்கள் சொல்வது உண்மைதான். நிச்சயமாக விலை உயர்ந்திருக்கிறது. அவை எத்தனை மடங்குகள் உயர்ந்திருக்கின்றன என்பதையும் கணக்கிட்டுவிடுவோம்.

வாங்கிய ஆண்டு	*1985*	*1990*	*1995*	*2000*	*2005*	*2010*	*2015*
வாங்கிய விலை கிராம் ரூ.	*213*	*320*	*465*	*439*	*616*	*1629*	*2644*
2015 மே மாத விலை ரூ.	*2644*	*2644*	*2644*	*2644*	*2644*	*2644*	*2644*
நிகர இலாபம் (விலை அதிகரிப்பு)	*2431*	*2324*	*2179*	*2205*	*2028*	*1015*	*0*

எல்லா ஆண்டுகளிலும் விலை உயர்ந்திருக்கிறது. அதே சமயம், எல்லா ஆண்டுகளிலும் ஒரே போல விலை உயர்வு இல்லை. இது ஒரு தகவல். அடுத்துப் பார்க்கவேண்டியது, தங்கத்தில் போட்ட பணம் எந்த அளவு லாபம் கொடுத்திருக்கிறது என்பதை.

அதைச் சுலபமாகப் புரிந்துகொள்ள ஒரு வழி செய்யலாம். அந்த வழி, ஒருவர் தங்கத்தில் போட்ட பணத்தின் மதிப்பு என்னவாகியிருக்கிறது என்று பார்ப்பது.

ஒருவர் முப்பது ஆண்டுகளுக்கு முன்பு நூறு ரூபாய்க்கு தங்கம் வங்கியிருந்தால் அதன் தற்போதைய மதிப்பு என்ன என்று கணக்கிட்டுப் பார்ப்போம்.

முப்பது ஆண்டுகளுக்கு முன்பு என்றால் 1985ம் ஆண்டு. அப்போது அவர் நூறு ரூபாய்க்கு தங்கம் வாங்கியிருந்தால் அதன் தற்போதைய அதாவது 2015 மே மாத விலை மதிப்பு ரூ. 1,141 ஆக இருக்கும். என்ன சரிதானே!'

'புரியவில்லை. இதை எப்படிக் கணக்கிட்டீர்கள்?'

'கிராம் ரூ 213 என்ற விலைக்கு வாங்கியது, தற்போது கிராம் 2,644 க்கு விற்கிறது என்றும் அது பதினோரு மடங்கிற்கு சற்று கூடுதலான

உயர்வு என்றும் முன்பே பார்த்தோமே. அதை வைத்து இதையும் கணக்கிட்டுவிடலாம். சுலபம்தான்'

'எப்படி?'

'தற்போதைய மதிப்பில் வாங்கிய விலையைக் கழித்துவிடவேண்டும். அதாவது 2644-213. வருவது ரூ.2431. இதுதான் லாபம். லாபத் தொகையை வாங்கிய விலையால் வகுக்க வேண்டும். 2431 ஐ 213 ஆல் வகுத்தால் என்ன வரும்? 11.41 வரும். போட்ட பணம் அத்தனை மடங்காகியிருக்கிறது என்று அர்த்தம். என்ன சரிதானே!'

'சரி'

'இதே விதமாக 25 ஆண்டுகளுக்கு முன்பு வாங்கியதன் லாபம், 20, 15, 10 மற்றும் 5 ஆண்டுகளுக்கு முன் வாங்கியவற்றின் லாபங்கள் என்னவென்று பார்க்கலாம்.

வாங்கிய ஆண்டு	1985	1990	1995	2000	2005	2010	2015
வாங்கிய விலை கிராம் ரூ.	213	320	465	439	616	1629	2644
போட்ட பணம் 2015ல் ஆன மடங்கு	11.4	7.3	4.7	5.0	3.3	0.6	0.0

'இவற்றை எப்படி புரிந்துகொள்வது?'

'அதற்கு ஒரு வழி செய்யலாம். மேலே பார்த்த தகவலை வேறுவிதமாக அதாவது தங்கத்தில் போட்ட பணம் எத்தனை ஆண்டுகளில் எத்தனை மடங்குகள் ஆகியிருக்கிறது என்று கணக்குப் போட்டுப் பார்க்கலாம்.

1985ல் வாங்கியது என்றால், அது 30 ஆண்டுகளில் 11.4 மடங்கு ஆகியுள்ளது. அடுத்து 1990ல். இருபத்து ஐந்து ஆண்டுகளுக்கு முன்பு வாங்கியது 7.3 மடங்கு உயர்ந்திருக்கிறது. 20 ஆண்டுகளுக்கு முன் வாங்கியது 4.7 மடங்காகவும், 15 ஆண்டுகளுக்கு முன் வாங்கியது 5 மடங்காகவும், பத்து ஆண்டுகளுக்கு முன் வாங்கியது 3.3 மடங்காகவும் 2010ல் ஐந்து வருடங்களுக்கு முன் வாங்கியது அரை மடங்கிற்கு சற்று அதிகமாகவும் லாபம் கொடுத்திருக்கிறது!'

'எத்தனை மடங்குகள் ஆகியிருக்கிறது என்று பார்த்தது உபயோகம்தான். இருப்பினும் தங்கத்தில் முதலீடு செய்வது அப்படி

ஒன்றும் தவறில்லை என்றுதான் புள்ளிவிவரங்களைப் பார்த்தபின்பும் தோன்றுகிறது'

'அப்படியா? சரி, இதையே வேறு முறையில் அணுகலாம். அதே நபர் தங்கம் வாங்க செலவு செய்த பணத்தை வேறு முதலீடுகளில் போட்டிருந்தால் அவருக்கு என்ன கிடைத்திருக்கும் என்று பார்ப்பதைப் பற்றி நீங்கள் என்ன நினைக்கிறீர்கள்?'

'அப்படியும் யோசித்துப் பார்க்கலாம்தான். ஆனால், மற்ற முதலீடுகள் என்றால் அவை தங்கம் அளவு பாதுகாப்பானதா? முதலுக்கு மோசம் வந்துவிடாதா?'

'பங்குச் சந்தை, பரஸ்பர நிதிகள் போன்றவற்றை விட்டுவிடலாம். வீடு, இடம் வாங்குவதையும் விட்டுவிடலாம். வங்கிகளில் டெபாசிட் செய்வது எப்படி? அது பாதுகாப்பானதுதானே!'

'ஆமாம்'

'அதே நூறு ரூபாயை 10% கூட்டுவட்டிக்கு வங்கியில் டெபாசிட் செய்திருந்தால் அவருக்கு என்ன லாபம் (வட்டி) கிடைத்திருக்கும் என்று பார்க்கலாமா?'

'உம்'

'பத்து சதவிகிதக் கூட்டு வட்டிக்கு டெபாசிட் போடப்பட்ட ரூபாய் நூறு, ஐந்து ஆண்டுகளில் ரூபாய் 161 ஆகியிருக்கும். இருபது ஆண்டுகளில் ரூ 672 ஆகவும் 25 ஆண்டுகளில் ரூ 1,083 ஆகவும், 30 ஆண்டுகளில் ரூ 1,700 ஆகவும் தொகை உயர்ந்திருக்கும்.

அதில் அவர் போட்ட பணம் ரூபாய் நூறைக் கழித்துவிட்டால், 30 ஆண்டுகளில் அவருக்குக் கிடைக்கும் வருமானம் முதலைப்போல 16 மடங்கு. அதே காலகட்டத்தில் தங்கம் கொடுத்திருக்கும் லாபம் என்ன? முதலைப் போல எத்தனை மடங்கு'

'முப்பது ஆண்டுகளிலா? 11. 4 மடங்கு'

'ஆனால் வங்கி டெபாசிட் கொடுத்திருப்பது 16 மடங்கு. இருபத்து ஐந்து ஆண்டுகளில் என்று பார்த்தால்... வங்கி டெபாசிட் 9.83 மடங்கு. தங்கம்: 7.3 மடங்கு. இப்படிச் சொல்லிக்கொண்டே போகலாம்.'

'ம்ம்ம்... இதன் மூலம் என்ன தெரிவிக்க விரும்புகிறீர்கள்?'

'நகையாக வாங்கினாலும் சவரனாக வாங்கினாலும் மற்ற முதலீடு களுடன் ஒப்பிடுகையில் தங்கத்தில் முதலீடு என்பதை நீண்டகால

அடிப்படையில் கணக்கிட்டுப் பார்த்தால் அதன் லாபம் குறைவாக இருக்கிறது. தவிர, எல்லா காலகட்டத்திலும் தங்கம் விலை உயர்ந்து கொண்டேயிருக்காது. ஆனால், வங்கி வட்டி அப்படியில்லை. வட்டிக்கு இரவு பகல் கிடையாது. பருவம் தப்புவது, நட்டம் வருவதெல்லாம் வங்கி வட்டிக்கு இல்லை. நிதானமாக ஆனால், தொடர்ந்து கொடுத்துக்கொண்டேயிருக்கும்!'

'அது சரி, கோல்ட் ஈ.டி.எப். என்கிறார்களே! அது என்ன? தவிர அரசாங்கம் ஏதோ கோல்ட் பாண்ட் கொண்டுவருகிறார்களாமே? அவையெல்லாம் ஓக்கேதானே?'

17
தங்கம் என்ற தாதா

தங்கத்தைப்பற்றி பெரும்பாலானவர்கள் மனதிற்குள் இருக்கக் கூடிய, ஆனால் வெளியிடப்படாத சில எண்ணங்கள் என்ன தெரியுமா?

'வாங்குகிற தங்கம் பத்திரமாக இருக்கிறது; நான் வாங்கிய தங்கத்தை விற்பதே இல்லை; நடுநடுவே கொஞ்சம் இறங்கினாலும் நகரமாக அதன் விலை உயர்ந்துகொண்டு இருக்கிறது. மொத்தத்தில் நான் வாங்கிச் சேர்த்திருக்கும் தங்கத்தின் அளவும், அதன் தற்போதைய மதிப்பும் மனதிற்குத் திருப்தி தருகிறது.'

ஆனால், கடந்த இரண்டு அத்தியாயங்களில் நாம் கணக்குப் போட்டுக் காட்டியிருப்பது, 'நகையாக வாங்குவதில் தெரிந்தும் தெரியாமலும் கொஞ்சம் நட்டம் உண்டு. தங்க நாணயங்களாக வாங்குவதில் அப்படிப் பட்ட சேதாரம் இல்லை என்றாலும், அதில் போட்ட பணத்திற்குக் கிடைத்த 'விலை உயர்வு லாபம்' என்ன என்று கணக்கிட்டுப் பார்த்தால், கடந்த 30 ஆண்டுகளில் வங்கிகள் கொடுக்கும் சாதாரண வட்டி வருமானத்தை விடவும் தங்கம் கொடுத்திருப்பது குறைவுதான்!'

நகை பார்த்தாயிற்று, சவரன் பற்றியும் பார்த்தாயிற்று. அடுத்து தங்கத்தைத் தொடாமலேயே... பார்க்காமலேயே தங்கம் வாங்குவது பற்றித்தான் பார்க்கவேண்டும். அதற்கு முன்னால்...

●

தங்கம்! இந்தச் சொல்லுக்குத்தான் எவ்வளவு மரியாதை! இதன் மீதுதான் எவ்வளவு ஈர்ப்பு!! இதை வேண்டாதவரும் உண்டோ என்று வியக்கும் அளவிற்கு உலகத்தவரின் மனம்கவர் பொருளாக ஆயிரக்கணக்கான ஆண்டுகளாக இருந்து வரும் ஒரு பொருள்.

நம்மில் சிலர் இரண்டு பவுனுக்கும் நாலு பவுனுக்கும் நகைகள் வாங்கிக்கொண்டிருக்கிறோம். வேறு சிலர் பத்துப் பதினைந்து சவரன்களில் நகைகள் வாங்குகிறார்கள். அவ்வளவுதானே! அதற்கு மேல் இதில் என்ன இருக்கிறது என்றெல்லாம் நினைத்து தங்கத்தை சாதாரணமாக எடைபோட்டுவிடமுடியாது.

சர்வதேச சந்தையில் தங்கம் ஒரு மிகப்பெரிய தாதா. உலக மார்க்கெட்டில் தங்கம் மிக முக்கிய முதலீட்டுப் பொருள். 24 மணி நேரமும் உலகத்தின் ஏதாவது சில நாடுகளில் வர்த்தகம் ஆகிக்கொண்டே யிருக்கும் ஒரு கமாடிட்டி.

இந்திய ரூபாய் நம் நாட்டிலும் நேபாளத்திலும் செல்லுபடியாகும். யூரோவை ஐரோப்பிய நாடுகளில் பயன்படுத்தலாம். அமெரிக்க டாலர் பல நாடுகளில் செல்லுபடியாகும். ஆனால், உலகம் முழுவதும், கேள்வி கேட்பாடு இன்றி விலை போகும் ஒரே பொருள் இந்த மஞ்சள் உலோகம்தான்.

மக்கள் மத்தியில் மட்டுமல்ல. பெரும் செல்வந்தர்கள், பிரபுக்கள், ஷேக்குகள் மட்டுமல்ல. உலகில் இருக்கும் நூற்றுத் தொண்ணூற்று ஆறு சொச்சம் தேசங்களின் அரசாங்கங்களும் வாங்கும், வைத்திருக்கும் மிக முக்கிய 'ரிசர்வ்' இந்த 'தங்க ஃபார்' (Gold Bar) கள்தான். 1976ம் ஆண்டுக்கு முன்னால், சர்வதேசச் சந்தைகளில் பணத்தின் மதிப்பை முடிவு செய்யும் இடத்தில் 'Gold Standard' ஆக இருந்ததே தங்கம்தான்.

ஆக, சுமார் 5,000 ஆண்டுகளாக மனிதர்களுக்கு அறிமுகம் ஆகியிருக்கும் இந்த 1064 டிகிரி சென்டிகிரேட்டில் உருகும், 'Au' என்ற வேதியல் குறியீடு கொண்ட உலோகத்திற்குத் தடை சொல்லும் தேசமோ, பட்டுக் கம்பளம் விரிக்காத அரண்மனைகளோ, அதன்மீது நேசப் பார்வை வீசாத மனிதர்களோ கிடையாது.

தங்கத்தின் பயன் என்று கணக்கிட்டால் 50 சதவிகிதம் ஆபரணங் களுக்காகவும், 40% முதலீட்டுக்காகவும் மீதம் உள்ள பத்து விழுக்காடு 'இண்டஸ்ட்ரியல் யூஸ்' எனப்படும் பல்வேறு நுண் பொருள்களிலும்

பயன்படுத்தப்படுகிறது. பழுதான டி.வி.க்களை இதற்காவும் சிலர் விலைக்கு வாங்குகிறார்களாம்.

சுரங்கங்களில் இருந்து தோண்டி எடுத்த மண்ணில் இருந்து பிரித்து தங்கத்தை 'உற்பத்தி' செய்வதில் 1970வரை முதலிடத்தில் இருந்தது தென் ஆப்பிரிக்காதான். அதன்பின் சீனா முந்திவிட்டது. இப்போதைக்கு முதலிடத்தில் சீனா. அடுத்து ஆஸ்திரேலியா, அதற்கும் அடுத்தடுத்த இடங்களில் யு.எஸ், ரஷ்ய மற்றும் பெரு. அதற்கும் அடுத்த ஆறாவது இடத்தில்தான் தென் ஆப்பிரிக்கா.

இந்தியர்களுக்கும் தங்கத்திற்கும் மிக நெருங்கிய தொடர்பு உண்டு. குறிப்பாக இந்தியப் பெண்களுக்கு தங்கம் என்பது அவர்கள் வாழ்க்கையின் ஓர் அங்கம். 'பொட்டுத் தங்கமாவது வேண்டும்' என்பது உணர்வுபூர்வமான ஒன்று.

ஒரு காலத்தில் ஆசியாவின் மிகப்பெரிய தங்க வயலாகத் திகழ்ந்த கோலார் தங்க வயலில் இருந்து தொடர்ந்து சுமார் 130 ஆண்டுகளாக தங்கம் 'வெட்டி' எடுக்கப்பட, ஒரு நேரத்தில் அதன் அளவு குறைந்து, மண்ணில் இருந்து தங்கத்தைப் பிரித்து எடுக்க ஆகும் செலவைக் காட்டிலும் கிடைக்கும் தங்கத்தின் மதிப்பு குறைவாகிவிட்டது. ஆயினும் தொடர்ந்து செயல்பட, மொத்த நட்டம் 900 கோடி ரூபாயைத் தாண்டியதும் 2001ம் ஆண்டு கோலார் தங்க வயலை மூடிவிட்டார்கள்.

அதனால் இப்போது இந்தியாவில் தங்க 'உற்பத்தி' கிடையாது. தேவையானவை எல்லாம் வெளிநாடுகளில் இருந்து இறக்குமதி செய்துகொள்கிறோம்.

ஓர் ஆண்டில் இந்தியா இறக்குமதி செய்யும் தங்கத்தின் அளவு சுமார் 800 டன். எண்ணூறு டன் என்றால் 8,00,000 கிலோ! எட்டு லட்சம் கிலோ என்றால்... எண்பது கோடி கிராம்கள்!! சவரனில் சொல்ல வேண்டும் என்றால்... ஒரு கோடி சவரன்!!!

இவ்வளவு இறக்குமதி ஓர் ஆண்டில் மட்டும். இதில் கணிசமான பகுதி, நகைகளாக மாற்றப்பட்டு, வெளிநாடுகளுக்கு ஏற்றுமதி செய்யப் படுகிறது. ஆனால் பெரும்பகுதிதானே தவிர, மொத்தமும் அல்ல.

தேசங்கள் ஒவ்வொரு ஆண்டும் நுகரும் தங்கம்: மெட்ரிக் டன்களில்

நாடுகள்	2009	2010	2011	2012	2013
இந்தியா	442.37	745.7	986.3	864	974
சீனா	376.96	428	921.5	817.5	1120.1
யு.எஸ்.	150.28	128.61	199.5	161	190
டர்க்கி	75.16	74.07	143	118	175.2
சவுதி அரேபியா	77.75	72.95	69.1	58.5	72.2
ரஷ்யா	60.12	67.5	76.7	81.9	73.3
யு.ஏ.இ.	67.6	63.37	60.9	58.1	77.1
ஈஜிப்த்	56.68	53.43	36	47.8	57.3
இந்தோனேஷியா	41	32.75	55	52.3	68
யு.கே	31.75	27.35	22.6	21.1	23.4
ஏனைய வளைகுடா நாடுகள்	24.1	21.97	22	19.9	24.6
ஜப்பான்	21.85	18.5	30.1	7.6	21.3

வெளிநாடுகளில் இருந்து இறக்குமதி என்றால் அதற்கென்று சில தனிக் குணங்கள் உண்டு. முதலாவது வெளிநாட்டுப் பொருளுக்கு விலையாக நம் நாட்டுப் பணத்தைக் கொடுக்க முடியாது. அமெரிக்க டாலர் அல்லது ஐரோப்பிய யூனியனின் யூரோ அல்லது ஜப்பான் நாட்டின் யென் போன்ற வெளிநாட்டுப் பணம் கொடுத்துத்தான் வாங்க முடியும்.

வெளிநாட்டுப் பணம் நமக்கு எப்படிக் கிடைக்கும்? நாம் உற்பத்தி செய்யும் பொருள்களை வெளிநாடுகளுக்கு ஏற்றுமதி செய்தால்... அல்லது வெளிநாட்டு நிறுவனங்களுக்கான வேலைகளை நாம் செய்துகொடுத்தால் (தகவல் தொழில்நுட்ப நிறுவனங்கள்- IT போல), அல்லது நம்மவர் வெளிநாடுகளில் சம்பாதித்து நம் நாட்டிற்கு அனுப்பினால் நமக்கு வெளிநாட்டுப் பணம் கிடைக்கும். பெட்ரோல்

தங்கம் போன்றவற்றை இறக்குமதி செய்துகொள்ளலாம்.

ஒரு நாடு செய்யும் ஏற்றுமதியின் மதிப்புக்கும் அது செய்துகொள்ளும் இறக்குமதியின் மதிப்பிற்கும் வித்தியாசம் இருக்கும். ஏற்றுமதியைக் காட்டிலும் இறக்குமதி அதிகமாக இருந்தால் அது அந்த தேசத்திற்கு சிக்கலை உருவாக்கும். அதன் பெயர் 'டிரேட் டெபிசிட்.'

அப்படிப்பட்ட ஒரு நிலைதான் 2013ம் ஆண்டு இந்தியாவிற்கு வந்தது. அதனால் ஏற்பட்ட விளைவுகள்...

18

கோல்ட் ஈ.டி.எப். - தங்கத்தில் முதலீடு

தங்கத்தை எதற்காக வாங்குகிறார்கள்? நகைகளுக்காக சிலர். தங்கம் விலை ஏறும், அதனால் பலனடையலாம் என்று சிலர். அதைவிடப் பாதுகாப்பானது வேறு ஏதுமில்லை என்று சிலர்.

நகைக்காக வாங்குகிறவர்களுக்கு தேவைப்படும் எச்சரிக்கைகள் பற்றி முன்பே சொல்லியாகிவிட்டது. அதன் இப்போதைய நிலை என்ன என்று தொலைக்காட்சி பார்ப்பவர்களுக்குத் தெரியும். நகை கடைக்காரர்களே அவர்கள் விளம்பரங்களில் ஒருவரை ஒருவர் குற்றம் சொல்லிக்கொள்கிறார்கள். 'சில கடைகளில் சேதாரம் மிக அதிகம்; கல்லுக்கும் சேர்த்து காசு வாங்குவார்கள்; நீங்கள் விற்கப் போனால், முழுப்பணம் தரமாட்டார்கள் 'மற்றும்' நான் இதில் ஏமாந்தது பற்றிக் கேட்கிறீர்களே, நீங்கள் தங்கம் வாங்குவதில் ஏமாந்துவிட்டீர்களே' என்பது போலெல்லாம்! ஆக, இனி நாம் விளக்க வேண்டியதில்லை. போட்டி காரணமாக அவர்களே சொல்கிறார்கள்.

விலை ஏறும் என்று தங்கம் வாங்குபவர்களுக்காக கணக்குப் போட்டுக் காட்டியாகிவிட்டது. கடந்த 30, 25, 20, 10, 5 என்று எந்த ஆண்டில் தங்கம் வாங்கியிருந்தாலும், அது வங்கி பிக்சட் டெபாசிட் கொடுத்த வருமானத்தைவிடக் குறைவாகத்தான் விலை உயர்ந்திருக்கிறது என்று ஒப்பிட்டுப் பார்த்தாகிவிட்டது.

இனி சோதிக்க வேண்டியது மூன்றாவது காரணமான, தங்கம் ஒரு பாதுகாப்பான முதலீடுதானா என்பதைத்தான்.

தங்கத்தில் செய்யும் முதலீடு பாதுகாப்பானதா?

தங்கத்தை அதன் பியூரிட்டிக்காக சோதித்து வாங்கும் பட்சம் நிச்சயமாக பாதுகாப்பான முதலீடுதான். ஆனால், எல்லோராலும் தங்கத்தை சோதித்து வாங்க முடியுமா? வாங்கத் தெரியுமா?

நிபுணர்களுக்கே சிரமம் என்கிறார்கள்.

இது தவிர தங்கத்தை நகையாக வைத்திருந்தால் அதற்கென்று பிரத்யேகமான பிரச்னைகள் சில உண்டு. போட்டுக்கொண்டு போனால், தெருவில் கோலம் போட உட்கார்ந்தால், சிலசமயங்களில் இரு சக்கர வாகனங்களில் வந்து பிடுங்குகிறார்கள். வீட்டைப் பூட்டிவிட்டு ஊருக்குப் போய்விட்டு வந்தால், உள்ளே புகுந்து பணத்தோடு தங்கத்தையும் அடித்துக்கொண்டு போய்விடுகிறார்கள்.

லாக்கரில் வைத்தால் பாதுகாப்பு. இதுதான். நிலை.

அதற்காக தங்கம் வாங்காமல் இருக்க முடியுமா?

முடியாதுதான்.

அப்படியென்றால் வழி என்ன? அணிந்துகொள்ளும் நகைகள் தவிர ஏனைய தங்கத்தை டீ மேட்டாக வைத்துக்கொள்வதுதான்.

அதற்கான ஒரு வழி கோல்ட் இ.டி.எப். (Gold ETF). விரிவாகச் சொன்னால், கோல்ட் எக்ஸ்சேஞ்ச் டிரேடெட் ஃபண்ட். தமிழில் சொல்வதென்றால், 'சந்தையில் வர்த்தகமாகும் தங்க ஃபண்டு.'

அதென்ன கோல்ட் இ.டி.எப்?

பரஸ்பர நிதி பற்றி முன்பு பார்த்தது நினைவிருக்கிறதா? நாம் எந்தக் கம்பெனிப் பங்குகள் வாங்குவது என்று வாடிக்கையாளர் ஆராய வேண்டாம். எப்போது விற்பது என்றும் அவர் தலையை பிய்த்துக்கொள்ள வேண்டாம். அவற்றை எல்லாம் பரஸ்பர நிதியின் ஃபண்ட் மேனேஜர் பார்த்துக்கொள்வார்.

நாம் பணம் கொடுத்து பரஸ்பர நிதியின் யூனிட்டுகளை சந்தையில் வாங்கினால் போதும். அந்த யூனிட்டுக்குள் குறிப்பிட்ட சில பங்குகள் அடக்கம். அந்தப் பங்குகளின் விலைகள் உயர்ந்தால், நம் யூனிட்டின் மதிப்பு (NAV) யும் உயரும். வேண்டிய நேரம் தேவைப்படும் அளவு யூனிட்டுகள் வாங்கலாம். விற்க நினைத்தபோது சந்தையில்

யூனிட்டுகளை விற்கலாம். ஓர் ஆண்டு வைத்திருந்துவிட்டு விற்றால் எக்ஸிட் லோடு என்ற செலவு கிடையாது.

அதே போன்ற ஒரு ஃபண்டுதான் கோல்ட் இ.டி.எப்.பும். பரஸ்பர நிதியின் ஃபண்டு, பங்குகள் வாங்குவதற்கு, வாங்குபவர் ஃபண்டு மேனேஜர். வாங்க வேண்டியவற்றையும் விற்கவேண்டியவற்றையும் தீர்மானம் செய்பவர் அவரே. லாபமீட்ட முயல்வார். லாபம் கிடைத்தால் பணம் போட்டவர்களுக்கு எல்லாம் லாபம். நட்டம் வந்தாலும் பணம் போட்டவர்களுக்குத்தான். NAV உயரும் அல்லது தாழும்.

பரஸ்பர நிதியின் ஃபண்டு மேனேஜர் பங்குகள் வாங்குவதுபோல, கோல்ட் இ.டி.எப்.பின் ஃபண்டு மேனேஜர், தன்னிடம் இருக்கும் பெரும்பகுதி பணத்திற்கு தங்கம் வாங்குவார். ஃபண்டில் புதியவர்கள் சேர்ந்து யூனிட்டுகள் வாங்கினால், அந்தப் பணத்திற்கும் தங்கம் வாங்குவார். ஃபண்டில் இருந்து விலகச் சிலர் அவர்கள் வசம் இருக்கும் தங்க யூனிட்டுகளை விற்றால், அவர்களுக்கு பணம் கொடுத்துவிடுவார். அதற்காக கையிருப்பில் இருந்து தங்கத்தை விற்பார். எல்லாம் நடப்பு விலையில்.

சந்தையில் இப்படிப்பட்ட கோல்ட் இ.டி.எப் பண்டுகள் பல இருக்கின்றன. உதாரணத்திற்கு ஒரு சில.

- Axis Gold ETF <http://www.moneycontrol.com/mutual-funds/nav/axis-gold-etf/MAA093>
- Birla Sun Life Gold ETF (G)
- Can Gold Exchange Traded Fund
- HDFGS Gold BeES <http://www.moneycontrol.com/mutual-funds/nav/gs-gold-bees/MBM017>
- C Gold Exchange Traded Fund
- ICICI Pru Gold ETF
- IDBI Gold Exchange Traded Fund <http://www.moneycontrol.com/mutual-funds/nav/idbi-gold-exchange-traded-fund/MIB042>
- Kotak Gold ETF
- Motilal Oswal MOSt Shares Gold ETF <http://www.moneycontrol.com/mutual-funds/nav/motilal&oswal-most-shares-gold-etf/MMO006>

பெரும்பாலான ஃபண்டுகளில் ஒரு யூனிட் என்பது, ஒரு கிராம் அளவு தங்கம். ஒன்று, இரண்டு, மூன்று, பத்து, நூறு, ஆயிரம் என்று எந்த அளவுகளிலும் தங்க யூனிட்களை வாங்கலாம்.

கோல்ட் இ.டி.எப் யூனிட்டுகளை வாங்க, பங்குச் சந்தை தரகர் ஒருவரிடம் கணக்கு இருக்கவேண்டும். வர்த்தக கணக்குத் தொடங்கும் போதே நமக்காக ஒரு டி மேட் கணக்கும் அவர் திறந்துகொடுப்பார்.

ஏற்கெனவே பங்கு வர்த்தகத்தில் ஈடுபட்டு வர்த்தக மற்றும் டி மேட் கணக்குகள் வைத்திருப்பவர்கள் இதற்காக தனியாக திறக்கத் தேவை யில்லை. அதே கணக்கில், பங்குகள், பரஸ்பர நிதிகள் வாங்கி, வைத்திருந்து, விற்பதுபோலவே கோல்ட் இ.டி.எப். யூனிட்டுகளை யும் பரிவர்த்தனை செய்யலாம்.

பங்குத்தரகரிடம் சொல்லி, ஆர்டர் போட்டு வாங்கலாம். சொல்லி விற்கலாம். அல்லது அதே தரகு நிறுவனத்திடமே ஆன்லைன் கணக்குத் திறந்து, வீட்டில் இருந்தபடியே கம்ப்யூட்டர் மூலம் தரகு நிறுவனத்தின் இணையதளத்திற்குச் சென்று நாமே விலை பார்த்து, ஆர்டர் போட்டு, வாங்கலாம், விற்கலாம்.

வாங்கும் தங்கம் எவ்வளவு என்று குறிப்பிடப்பட்டு நம் டீ மேட் கணக்கிற்குப் போய்விடும். வங்கி பாஸ்புத்தகத்தில் பேலன்ஸ் காட்டுவதுபோல, எவ்வளவு தங்கம் நம் கணக்கில் என்று ஸ்டேட்மெண்ட் வரும். மற்றபடி தங்கத்தைக் கண்ணால் பார்க்க வேண்டாம், கையால் தொடவேண்டாம். பாதுகாக்க வேண்டாம். எல்லாம் 'புக் என்ட்ரி'தான். விற்பதும் அப்படித்தான். விற்றதும் நம் டீ மேட் கணக்கில் இருந்து போய்விடும்.

கோல்ட் இ.டி.எஃப் என்பது பல நிறுவனங்களில் இருக்கிறது. எதில் வாங்குகிறோமோ அதே நிறுவனத்திடம்தான் விற்கவேண்டும். காரணம் நாம் வாங்குவது அந்த நிறுவனத்தின் தங்க ஃபண்டின் யூனிட்டை. அசல் தங்கத்தையே அல்ல.

நிறுவனம் நடத்தப்படும் திறமையைப் பொருத்தும், அவர்களுடைய நிகர சொத்து மதிப்பைப் (NAV) பொருத்தும் நிறுவனத்திற்கு நிறுவனம், ஒரே நாளில், ஒரே நேரத்தில் அவர்கள் விற்கும் தங்க யூனிட்டுகளின் விலைகளில் ஓரளவு வேறுபாடுகள் இருக்கும்.

உதாரணத்திற்கு, பாரத ஸ்டேட் வங்கியின் SBI Mutual Fund - Gold Exchange Traded Schemeல் *1.6.15* அன்று ஒரு யூனிட் தங்கத்தின் விலை ரூ *2518*. இது அன்றைய தினத்தின் முடிவு விலை. ஆரம்ப விலை *2514*- இடையில் *2524* போய்விட்டு, பின்பு மாலையில் *2518*க்கு வந்திருக்கிறது.

அதே நாள் HDFC - Mutual Fund - Gold Exchange Traded Fund ல் ஒரு யூனிட் தங்கத்தின் விலை ரூ.2540. (முடிவு விலை).

ரிலையன்ஸ் கம்பெனி நடத்தும் கோல்ட் பண்டு- R*Shares Gold ETF ல் அதே நாள் ஒரு யூனிட் தங்கத்தின் விலை ரூ.2390. எச்.டி.எப்.சி.க்கும் ரிலையன்ஸுக்கும் யூனிட்டுக்கு ரூ 140 வித்தியாசம். காரணம் அவர்களின் NAV.

வாங்குகிற நிறுவனத்திடமே விற்கப்போவதால், இந்த விலை வித்தியாசங்கள் பெரிய அனுகூலமோ பாதிப்போ தராது. நல்ல நிறுவனத்திடம் வாங்கவேண்டும். அவ்வளவுதான். அதற்கு தரகரையோ, நிதி ஆலோசகரையோ யோசனை கேட்கலாம்.

இந்த பங்குச் சந்தைகள் காலை 9.15க்கு வர்த்தகம் தொடங்கிவிடுகின்றன. மாலை 3.30 வரை இயங்குகின்றன. பங்குத் தரகு நிறுவனம் மூலம் ஒருவர் செக் கொடுத்து எவ்வளவு தங்கம் வேண்டுமானாலும் வாங்கலாம்.

தங்கம் வைத்திருக்கும் நிதியின் யூனிட்டை மட்டுமே வாங்குவதால், வாட் வரி கிடையாது.

இந்த ஃபண்டு நடத்தும் செலவுகளுக்காக ஒரு தொகை ஒவ்வொரு கிராம் தங்கத்தின் மீதும் கொஞ்சம் விழும். தவிர டி மேட் கணக்கிற்கும் வாடகை உண்டு. ஏற்கெனவே பங்குகளுக்காக டீ மேட் கணக்கு இருந்தால், இதற்கென்று தனிச் செலவு இல்லை.

வாங்கும் தங்கத்தைச் சோதிக்க வேண்டியது இல்லை. அதனால் மாத்து (பியூரிட்டி), எடை போன்ற சிக்கல்கள் இதில் கிடையாது.

அவர் எப்போது வேண்டுமானாலும் விற்கலாம். அல்லது விற்காமலேயேகூட வைத்துக்கொள்ளலாம். அவர் விருப்பம்.

விற்கும் அன்று தங்கம் என்ன விலையோ அந்த அளவு பணம் கிடைக்கும். வாங்கி ஓர் ஆண்டு வைத்திருந்துவிட்டு விற்றால் கிடைக்கும் லாபத்திற்கு கேப்பிடல் கெயின்ஸ் டேக்ஸ் இல்லை. வாங்கி ஓர் ஆண்டு முடிவதற்கு முன்பாகவே விற்றால், லாபத்துக்கு கணக்கு காட்டி வருமான வரி கட்ட வேண்டும்.

மொத்தத்தில் வாங்குவது, விற்பது, வைத்திருப்பது, பாதுகாப்பது போன்றவற்றில் இது பங்கு அல்லது பரஸ்பர நிதி வர்த்தகம் போலத்தான். தங்கம் முதலீட்டுக்குத்தான் என்று நினைப்பவர்கள் கோல்ட் இ.டி.எப். பற்றி யோசிக்கலாம்.

19

இன்ஷூரன்ஸ் தெரியுமல்லவா?

'சீட்டுக் கட்டினால் என்ன வரும்?'
'கட்டிய பணம் கசிர் தொகையுடன் திரும்ப வரும்.'
'ரெக்கரிங் டெபாசிட் கட்டினால்?'
'கட்டிய தொகை வட்டியுடன் வரும்'
'பரஸ்பர நிதிகளுக்காக எஸ்.ஐ.பி. கட்டினால்?'
'பங்குச் சந்தை உயரும் பட்சம், கட்டிய தொகையைவிடக் கூடுதல் மதிப்பு பணம் கிடைக்கும்.'
'கோல்ட் ஈ.டி.எஃப் கட்டினால்?'
'கணக்கில் தங்கம் சேரும். தங்கம் விலை உயர்ந்தால் அதன் லாபமும் நமக்கே கிடைக்கும். '
'இவையெல்லாவற்றுக்கும் இடையே இருக்கும் ஒற்றுமை என்ன?'
'மாதா மாதம் ஒரு தொகை கட்டவேண்டும். அதன் மூலம் சேமிப்பும், வெவ்வேறு விதங்களில் லாபமோ வட்டியோ கிடைக்கும்.'
'இவை தவிர மாதா மாதம் கட்டக்கூடியது வேறு ஏதும் இருக்கிறதா?'
'ம்ம்... இ.எம்.ஐ...'

'கரெக்ட். இ.எம்.ஐ யும் அப்படி மாதா மாதம் கட்டக்கூடியதுதான். ஆனால், அது வாங்கிய கடனுக்குக் கட்டுவது. அப்படியில்லாமல் வேறு ஏதும்?'

‘ஓ. இருக்கிறதே! இன்ஷுரன்ஸ்கூட அப்படிக் கட்டுவதுதானே! ‘

‘கரெக்ட். இன்ஷுரன்ஸ் கட்டுகிறீர்களா?’

‘ம்ம்.’

‘எவ்வளவு?’

‘மாதம் ஆயிரமோ, ஆயிரத்து இருநூறோ... பார்க்க வேண்டும்.’

‘அவ்வளவுதானா?’

‘ஏன் அதற்கு என்ன?’

‘அதைப்பற்றிப் பின்னால் சொல்லுகிறேன். அதற்கு முன் என் மற்றொரு கேள்விக்குப் பதில் சொல்லுங்கள்.’

‘என்ன கேள்வி?’

‘நீங்கள் போட்டிருக்கும் இன்ஷுரன்ஸ் பாலிசி என்ன திட்டத்தின் கீழ் போடப்பட்டது?’

‘எல்.ஐ.சி. பாலிசி. ‘

‘எல்.ஐ.சி. என்பது கம்பெனியின் பெயர். நீங்கள் எல்.ஐ.சி. யில் என்ன திட்டத்தில் சேர்ந்திருக்கிறீர்கள்?’

‘என்ன திட்டமா?’

‘ஆமாம். அது எண்டோவ்மெண்ட் பாலிசியா, டெர்ம் பாலிசியா அல்லது மணி பேக் பாலிசியா?’

‘........!’

‘யூலிப் திட்டமா?’

‘........!’

‘எத்தனை வருடத்துக்கான பாலிசி?’

‘பார்த்துச் சொல்லவா?’

‘வேண்டாம். வேறு ஏதாவது பாலிசி போட்டிருக்கிறீர்களா?’

‘ம்ம்... பிர்லாவில் ஒன்று.. ‘

‘அது என்ன வகையான பாலிசி?’

‘அதெல்லாம் தெரியாது. எங்கள் வீட்டிற்குக் கீழ் வீட்டில் இருக்கும் இன்ஷுரன்ஸ் ஏஜெண்ட் அவருக்காக ஒரு பாலிசி எடுக்கச் சொன்னார். வெகுநாட்களாகக் கேட்கிறாரே என்று அவருக்காக ஒன்று போட்டேன்.’

'அவருக்காக நீங்கள் பாலிசி போட்டீர்களா?'

'என் பெயரில்தான் போட்டிருக்கிறது. ஆனால் அவர் முகத்துக்காகப் போட்டது.'

'முன் சொன்ன எல்.ஐ.சி பாலிசி?'

'அதுவும் அப்படித்தான். முன்பு வேலூரில் குடியிருந்தபோது என் மாமாவின் அலுவலகத்தில் வேலை செய்பவருக்காகப் போட்டது. தவிர அவரே மூன்று மாத பிரீமியமும் எங்களுக்காகக் கட்டிவிட்டார்.'

'ஓ! அப்படியா?'

'ஆமாம். அவர் மிகவும் நல்லவர்'

'ஓகோ!'

'என்ன கேலி செய்வதுபோல இருக்கிறதே!'

'அட! கண்டுபிடித்துவிட்டீர்களா? பரவாயில்லையே!'

'இது அதைவிடக் கேலி மாதிரி தெரிகிறதே!'

'பிறகு என்ன? இன்ஷூரன்ஸ் என்பது எவ்வளவு முக்கியமான விஷயம். அதைப்போய் இவ்வளவு சாதாரணமாகச் சொல்கிறீர்கள்! எவருக்காகவோ செய்ததாகச் சொல்கிறீர்கள். தவிர, என்ன ஏது என்று தெரியாமலேயே பிரீமியம் கட்டிக்கொண்டிருக்கிறீர்கள்!'

'தெரியலை சார். ஸாரி...'

'ஸாரி எல்லாம் வேண்டாம். நீங்கள் என்ன, மெத்தப் படித்தவர்கள், உயர் பதவிகளில் இருப்பவர்களிலேயே பலர் இப்படித்தான் என்பதை நான் பயிற்சி கொடுக்கும் நிறுவனங்களில் சந்தித்திருக்கிறேன். இங்கே பைனான்சியல் லிட்ரசி கொஞ்சம் குறைவுதான்.'

'பைனான்சியல் லிட்ரசி என்றால்?'

'பணம், பணத்தைக் கையாளும் முறைகள், பணத்தைச் சேமிக்க முதலீடு செய்ய பாதுகாக்க இருக்கும் வழிகள் போன்றவற்றைப் பற்றிய அறிவு.'

'இல்லை என்கிறீர்களா?'

'குறைவு என்கிறேன்.'

'சரி. இன்ஷூரன்ஸ் ஏன் எடுக்க வேண்டும்?'

‘இதற்கு நான் பதில் சொல்லாமல் உங்களை வேறு ஒரு கேள்வி கேட்கிறேன். இன்ஷுரன்ஸ் ஏன் எடுக்கக் கூடாது?’

‘அதில் போடும் பணம் பெருகாது. அதில் போடும் பணத்தை வேறு முதலீடுகளில் போட்டால், இன்ஷுரன்ஸில் கிடைப்பதைவிட கணிசமான வருமானம், லாபம் கிடைக்கும்.’

‘இது உங்கள் சொந்த அனுபவமா அல்லது எவரும் சொல்லிக் கேள்வியா?’

‘சொல்லிக் கேள்விதான். என் அலுவலத்தில் உடன் பணிபுரிபவர் முன்பு ‘மணி பிளஸ்‘ஸோ என்னவோ ஒரு திட்டத்தில் முப்பதாயிரம் முப்பதாயிரமாக மூன்று ஆண்டுகள் கட்டினார். அவர் கட்டிய மொத்தத் தொகை 90 ஆயிரமும் ஐந்து ஆண்டுகள் கழிந்தும் வெறும் தொண்ணூறு ஆயிரத்துக்கு அருகில்தான் இருந்தது.’

‘இருந்ததா? அப்படியென்றால் இப்போது அந்தத் திட்டத்தில் நண்பர் இல்லையா?’

‘இல்லை. அவர் போட்ட பணத்தை எடுத்துவிட்டார்.’

‘அடடா! ஏன் எடுத்தார்?’

‘மூன்று ஆண்டுகளில் டபுள் ஆகும் என்று சொல்லித்தான் போடச் சொல்லியிருக்கிறார் அந்த ஏஜெண்ட். ஐந்து ஆண்டுகள் ஆகியும் டபுள் ஆகவில்லை. தவிர, முன்பு ஒரு நேரம் போட்ட பணத்தைவிடவும் அதன் மதிப்பு குறைவாக இருந்திருக்கிறது. அதனால் போட்ட பணம் அளவு அதன் மதிப்பு வந்ததும் நண்பர், ‘போதுமடா சாமி’ என்று எடுத்துவிட்டார்.’

‘எடுக்கவிட்டார்களா?’

‘அப்போதெல்லாம் மூன்று ஆண்டுகளில் எடுக்கலாம் என்று ரூல். எடுத்துவிட்டார்.’

‘ஆக, உங்களைப் பொருத்தவரை இன்ஷுரன்ஸ் என்பது ஒரு முதலீடு. அதில் லாபம் வரவேண்டும். இல்லையா?’

‘ஆமாம். அதில் என்ன சந்தேகம்?’

‘ஒன்று சொல்லவா? எவரும் லாபமே எதிர்பார்க்கக் கூடாத ஒரு முதலீடு என்றால் அது இன்ஷுரன்ஸ்தான்!’

‘என்னது, லாபமே வரக்கூடாத முதலீடா? பிறகு அதில் ஏன் பணத்தைப் போட்டுக்கொண்டு?’

‘அங்கேதான் விஷயம் இருக்கிறது.’

20

சின்னச் செலவு - பெரிய பாதுகாப்பு

அவர் பெயர் ராஜேஷ். நான் மனித வளத்துறை தலைவராக இருந்த நிறுவனத்தில் பயிற்சி கொடுப்பவராக பணிசெய்தவர். மாத சம்பளம் சுமார் இருபதாயிரம் இருக்கும். நல்ல மனிதர். சிறப்பான பயிற்சியாளர்.

ஒருநாள் காலையில் அவர் பணி செய்யும் இடத்திற்குப் போயிருந்தேன். நான் போயிருந்த அன்று அவர் வேலைக்குத் தாமதமாக வந்தார். அது அவர் வழக்கமில்லை.

'ஏன் தாமதம்?' என்றேன். 'பஸ் லேட்' என்றார். 'பஸ்சா? நீங்கள் பைக்கில்தானே அலுவலகம் வருவீர்கள்! ஏன் பஸ்?' என்று கேட்டேன். அவரது உடை கசங்கியிருந்ததையும், தலை கலைந்து ஆளே கொஞ்சம் தளர்ந்துபோயிருந்ததையும் அப்போதுதான் கவனித்தேன்.

'பைக் இல்லை' என்றார் தயங்கியபடி. விவரம் கேட்டதற்கு 'விற்று விட்டேன்' என்றார். தவிர, அவர் கடந்த சில நாட்களாக லீவு வேறாம். அதுவும் அவரது சம்பளத்துடன் கூடிய லீவுகளையும் தாண்டி, சம்பள மில்லா விடுப்பாம்.

'என்ன இது! இது எதுவுமே உங்கள் வழக்கம் இல்லையே!' என்று கேட்டேன். நான் அப்படிக் கேட்டதும் மனிதர் பாவம் உடைந்து விட்டார். கண்களில் கண்ணீர். 'மனைவிக்கு உடல்நலமில்லை. ஆபரேஷன் செய்திருக்கிறது' என்றார். 'இன்னும் மருத்துவமனையில் தான் இருக்கிறார்கள்' என்றார்.

'அப்படியா? என்ன பிரச்னை?'

'முதுகுத் தண்டில் ஒரு டிஸ்க் நகர்ந்துவிட்டது'

'ஓ! அதற்கு ஏன் பைக்கை விற்றீர்கள்'

'பணம் போதவில்லை'

'அப்படியா? என்ன செலவாயிற்று பைக்கைக்கூட விற்கும் அளவிற்கு?'

'நிறைய செலவாகிவிட்டது'

'சேமிப்பு இருந்திருக்குமில்லையா?'

'எழுபதாயிரம் ரூபாய் சேர்த்து வைத்திருந்தேன். ஆனால் அதெல்லாம் போதவில்லை'

'நகைகள்?'

'ஒரு நாற்பதாயிரத்துக்கு அடகு வைத்துவிட்டேன். அப்பவும் போதவில்லை.'

'அப்படியா? எவ்வளவுதான் செலவாயிற்று?'

'இதுவரை ஒன்றரை லட்சம்'

'ஒன்றரை லட்சமா? அடேயப்பா!'

'இன்னும் தேவைப்படும் போல'

என் அறைக்கு அழைத்துப்போய் நாற்காலியில் அமரச் சொன்னேன். சற்று நேரம் மௌனமாகப் போனது. அவரைப் பார்க்கப் பாவமாக இருந்தது. என் மனதிற்குள் அவரைப் பற்றிய எண்ணங்கள் ஓடின.

'எப்படி இருக்கும் நபர். இப்போது அவர் நிலையில்தான் எவ்வளவு மாற்றம்! கையில் இருந்த சேமிப்பு காணாமல்போய், பைக்கை விற்று, நகைகளை அடமானம் வைத்து அதன் மீது கடன்வாங்கி, அதற்கு இனி வட்டி கட்டவேண்டும். தவிர இருப்பில் இருந்த விடுப்புகள் காலியாகி, சம்பளமில்லா விடுப்புகள் காரணமாக அடுத்த மாத சம்பளமும் குறையும் நிலை. எல்லாம் ஒரேயொரு பிரச்னையால். முதுகுத் தண்டில் டிஸ்க் விலகி...'

திடீரென நினைவு வந்தவனாக அவரைக் கேட்டேன், 'நீங்கள் மருத்துவ இன்ஷூரன்ஸ் எடுத்திருப்பீர்கள் அல்லவா?'

'இல்லை'

'இல்லையா? ஏன்?'

'எனக்கு கம்பெனி எடுத்திருக்கு... மனைவிக்கு இல்லை சார்'

'நீங்கள் எடுத்திருக்கலாமே! என்ன வருஷத்துக்கு ஆயிரமோ ஆயிரத்து ஐநூறோ பிரீமியம் கட்டியிருந்தால் போதுமே'

'இப்படியெல்லாம் நடக்குமின்னு நினைக்கலை சார்'

இதுதான் பலருடைய நினைப்பும். இப்படியெல்லாம் நடக்குமென்று நினைக்கமாட்டார்கள். அதனால் அதற்கு பாதுகாப்பு செய்து கொள்வதில்லை.

இப்படி யாருக்கு நடக்கும், யாருக்கு நடக்காது என்று எவராலாவது உறுதியாகச் சொல்லமுடியுமா?

இப்படியோ அல்லது வேறு விதமாகவோ எங்கள் குடும்பத்தில் உள்ளவர்களுக்கு எந்தவித மருத்துவத் தேவைகளும் வராது என்று எவராலும் சொல்ல முடியுமா?

கோவையில் மகேந்திரன் என்று எனக்கு வேண்டிய நண்பர் ஒருவர் இருக்கிறார். அவர் உடல் ஆரோக்கியத்தைப் பேணிக்காப்பவர். பார்த்துப் பார்த்துச் சாப்பிடுவார். யோகா செய்வார். ஒருநாள் அலுவலகம் போகும்போது, நெரிசலான சாலை ஒன்றில் வேகமாக வந்த வேன் ஒன்று அவரது பைக் மீது பலமாக மோதியது. மனிதர் அப்படியே சாய்ந்துவிட்டார். அவர் மீது வேனின் ஒரு பகுதி.

அவருடைய உடலின் வலது பக்கம், தோள்பட்டைமுதல் கால் வரை அடிபட்டுவிட்டது. சுமார் ஓர் ஆண்டாக சிகிச்சை நடக்கிறது. வேலைக்குப் போகமுடியவில்லை. அதனால் சம்பளம் இல்லை. மேற்கொண்டு வைத்தியச் செலவு.

இன்றைக்கு இருக்கிற நிலைமையில் எவருக்குத்தான் இந்த ரிஸ்க் இல்லை?

ராஜேஷ் மனைவிக்கு வந்த முதுகுத் தண்டு பிரச்னையும், மகேந்திரனுக்கு ஏற்பட்ட விபத்தும் துரதிஷ்டமானவை. வரக் கூடாதது, வந்துவிட்டது. என்ன செய்ய? சிரமமும் செலவும் தவிர்க்க முடியாதவை. ஆனால்...

ஆனால்?

இருவருமே அவர்கள் பணக் கஷ்டத்தைக் குறைத்துக்கொண்டிருக்க முடியும். இருவரும் மெடிக்கல் இன்ஷூரன்ஸ் எடுத்திருக்கலாம். எடுத்திருந்தால், அவர்களுடைய மருத்துவமனைச் செலவை அந்த இன்ஷூரன்ஸ் நிறுவனம் (விதிகளுக்கு உட்பட்டு) கொடுத்திருக்கும்.

உதாரணத்திற்கு, ராஜேஷ் அவர் மனைவி பெயரில் ஒரு லட்ச ரூபாய்க்கு மருத்துவக் காப்பீடு எடுத்திருந்தால், அந்த ஒன்றரை லட்சம் செலவில் தொண்ணூறு ஆயிரமோ அல்லது லட்ச ரூபாயோகூட, காப்பீட்டு நிறுவனத்திடம் இருந்து ராஜேஷ் திரும்பப் பெற்றிருக் கலாம். மீதம் ஐம்பதாயிரம் மட்டுமே அவர் கையில் இருந்து போயிருக்கும்.

அல்லது அவர் ஒன்றரை இரண்டு லட்சத்திற்கு மெடிக்கல் இன்ஷுரன்ஸ் எடுத்திருந்தால், மருத்துவ செலவுக்கு ஆன முழுத்தொகையையுமே கூட அவர் இன்ஷுரன்ஸ் நிறுவனத்திடம் இருந்து பெற்றிருக்க முடியும்.

மகேந்திரனுக்கு செலவு அதிகம் ஆகியிருக்கும். ஆனால் அவரும் அதன் ஒரு பகுதியை இன்ஷுரன்ஸ் நிறுவனத்திடம் இருந்து பெற்றிருக்கலாம். அவரும் மெடிக்கல் இன்ஷுரன்ஸ் எடுக்காததால், முழுச் செலவையும் அவரே செய்துகொள்ள வேண்டிய நிலை. அவரும் பொருளாதார நிலையில் உயரத்தில் இருந்து கீழே விழுந்து விட்டார். ஒரே ஒரு சம்பவத்தால். எதிர்பாராத சம்பவம்.

ராஜேஷுக்கு மெடிக்கல் இன்ஷுரன்ஸ் பற்றித் தெரிந்திருக்கிறது. ஆனாலும் எடுக்கவில்லை. காரணம், அதற்கு ஆண்டுக்கு ஒருமுறை கட்டும் பிரீமியத் தொகையான ரூ ஆயிரத்தை தேவையில்லாத செலவு என்று நினைத்திருக்கிறார்.

அவர் ஐந்து அல்லது பத்து ஆண்டுகளுக்கு முன்பாகவேகூட மெடிக்கல் இன்ஷுரன்ஸ் பாலிசி எடுத்திருக்கலாம். அதற்காக ஒவ்வொரு ஆண்டும் (வீணாக) பிரீமியத் தொகை கட்டியிருக்கலாம்.

பல ஆண்டுகள் மருத்துவத் தேவையே வராமல் இருந்திருக்கிறது. ஆனால், அது வந்தபோது எவ்வளவு பெரிதாக வந்திருக்கிறது!

இதனால்தான் சொல்வது இன்ஷுரன்ஸில் லாபம் வராவிட்டால்தான் நல்லது என்று. ஒருவர் பிரீமியம் கட்டிக்கொண்டேயிருக்கவேண்டும். ஆனால், அதில் கிளைம் செய்யும் (பணம் பெறும்) நிலை வந்துவிடக் கூடாது. வராமல் இருப்பதே நலம், வரம்.

தப்பித் தவறி வந்துவிட்டால் அதனால் நம்முடைய சேமிப்பு கரைந்து விடக்கூடாது. கடன் வாங்கும் நிலைக்குப் போய்விடக்கூடாது. அதற்காகத்தான் ஆண்டுக்கு ஆண்டு கட்டும் ஒரு சிறிய தொகை. காப்பீட்டுத் தொகை. அது செலவல்ல. பாதுகாப்பு.

ஆக, சிறியவர் முதல் பெரியவர்கள் வரை, ஆண்கள் பெண்கள் வேறுபாடில்லாமல் குடும்பத்தில் அனைவருக்குமே மெடிக்கல்

இன்ஷூரன்ஸ் அவசியம். குடும்பத்தில் இருக்கும் அனைவரையும் சேர்த்து ஒரு பாலிசியாகக்கூட எடுக்கலாம்.

எடுக்கும் தொகை அளவு நமக்கு பாதுகாப்பு. எடுக்கும் தொகை அளவு ஆண்டுக்கு ஆண்டு பிரீமியத் தொகை கட்ட வேண்டும்.

இந்த மெடிக்கல் இன்ஷூரன்ஸ் பிரீமியத்துக்காக நாம் கட்டும் தொகைக்கு வருமான வரி விலக்கும் உண்டு. 80 டி எனும் பிரிவின் கீழ் ஆண்டுக்கு ரூ 25,000 வரை கட்டும் தொகைக்கு முழு வரிவிலக்கு. தவிர பெற்றோருக்காக கட்டும் பிரீமியத்தொகைக்கு கூடுதலாக 25,000 ரூபாய்க்கு வரிவிலக்கு.

வயது 60 க்கு மேலிருந்தால் 25,000 க்கு பதிலாக 30,000க்கு வரிவிலக்கு.

21

எந்த ரிஸ்கையும் சந்திக்கலாம்

'இன்ஷூரன்சஸ் பற்றி அதிகம் தெரியாதவர்களுக்காக அல்லது சரியாகப் புரிந்துகொள்ளாதவர்களுக்காக சொல்வதென்றால் எப்படிச் சொல்லலாம்?'

'இன்ஷூரன்ஸ் என்பது வாழ்க்கையில் இருக்கும் ரிஸ்க்குகளை சந்திக்க ஓர் ஏற்பாடு செய்துகொள்வது என்று சொல்லலாம்.'

'அப்படியா?'

'கவனித்திருக்கலாம், மேலே சொன்ன வாக்கியத்தில் மூன்று முக்கிய சொற்கள் இருக்கின்றன. அவற்றுக்கு விளக்கம் சொன்னாலே இன்ஷூரன்ஸ் என்றால் என்ன என்பது புரிந்துவிடும்.'

'ஓகோ! எந்த மூன்று வார்த்தைகள்?'

'ரிஸ்க்- சந்திக்க- ஏற்பாடு'

'சரி. ஒவ்வொன்றாக விளக்கிவிடுங்களேன். முதலில் ரிஸ்க் என்றால் என்ன? எதை ரிஸ்க் என்கிறீர்கள்?'

'குடும்பத் தலைவனோ தலைவியோ பணம் சம்பாதித்துக் கொண்டிருக்கிறார்கள். குடும்பம் நன்றாக நடந்துகொண்டிருக்கிறது. வாழ்க்கைச் சக்கரம் நன்றாக ஓடிக்கொண்டிருக்கிறது. எல்லோர் வாழ்க்கையும் எப்போதும் இப்படியே போகும் என்று சொல்ல முடியுமா?'

‘முடியாதுதான். சிலர் வாழ்க்கை எதிர்பாராதவிதமாக இடையில் தடங்கல் காண்கிறது. நடக்கக் கூடாதவை நடந்துவிடுகின்றன.’

‘எல்லோருக்கும் இப்படி நடக்குமா?’

‘ஹூஹூம். எல்லோருக்கும் நடக்காது. சிலருக்கு அப்படி நடக்கும்.’

‘யார் வாழ்க்கையில் நடக்கும், யார் வாழ்க்கையில் நடக்காது என்று தெரியுமா?

‘யாருக்கும் தெரியாது‘

‘எவர் வாழ்க்கையிலும் நடக்கலாம் என்பதுதான் யதார்த்தம். அதே எல்லோருக்கும் நடந்துவிடாது என்பதும் யதார்த்தம். சிலருக்கு மட்டும் நடக்கும். ஆனால் அந்த சிலர் யார் என்று எவருக்கும் முன்கூட்டியே தெரியாது. அதன் பெயர்தான் ரிஸ்க். யாருக்கு வேண்டு மானாலும் நடக்கலாம் என்பதால் உலகில் உள்ள அனைவருக்குமே ரிஸ்க் இருக்கிறது.’

‘உதாரணம் சொல்வதென்றால்?’

‘சாலையில் வண்டியில் போகும் எல்லோருக்கும் சாலை தொடர்பான ரிஸ்க் இருக்கிறது. வண்டி ஓட்டுகிறவர் சரியாகவே ஓட்டினாலும் எதிராளியின் கவனக் குறைவுகள், தவறுகள், சாலை, வண்டியின் நிலைமை போன்றவையும் பிரச்னைக்கு காரணமாக அமையலாம். அதற்கு உதாரணம்தான் சென்ற அத்தியாயத்தில் பார்த்த மகேந்திரன். மொத்தத்தில் அந்த ஆபத்து இல்லாதவர் எவருமில்லை.’

‘அப்படியென்றால் சாலையில் விபத்து நடக்கலாம் என்பது ரிஸ்க்.’

‘அது ஒருவகையான ரிஸ்க். சாலை விபத்துகள் மட்டுமல்ல. மேலும் பல்வேறு காரணங்களுக்காக சிலர் வாழ்க்கை சீக்கிரமே முடிந்து விடுவதைப் பார்க்கிறோமல்லவா? எவர் 100 ஆண்டுகள் வாழ்வார், எவர் வாழ்க்கை முன்னரே முடியும் என்று கணிக்க இயலுமா? பட்டுக்கோட்டை கல்யாணசுந்தரம் வாழ்ந்தது 29 வயதுவரை மட்டுமே. பாரதியார் வாழ்ந்தது 38 ஆண்டுகள். விவேகானந்தர் ஒளி வீசியது அவரது 39 வயதுவரை. கம்பன் சொல்வதுபோல வாழ்க்கை நீர்க்கோலம் போலத்தான். அதனால் எல்லோருக்குமே ‘லைஃப் ரிஸ்க்’ இருக்கிறது.’

‘இவைபோக நோய்நொடி வரும் ரிஸ்க்கும் எல்லோருக்கும் இருக்கிறதல்லவா?’

‘ஆமாம். சென்ற அத்தியாயத்தில் பார்த்த டிரெயினர் ராஜேஷின் மனைவிக்கு முதுகுத் தண்டில் டிஸ்க் விலகிய பிரச்னை போல. கர்ப்பப் பை எடுப்பது, சிறுநீரகக் கோளாறுகள், மார்பகப் புற்றுநோய் என்று பணம் பிடுங்கும் பிரச்னைகள் எவ்வளவோ நபர்களுக்கு வருவதைப் பார்க்கிறோமே.’

‘புரிகிறது. வாழ்க்கைக்கு ஆயுள் காப்பீடு. சாலை விபத்துக்களுக்கு ஆக்சிடெண்ட் இன்ஷ்யூரன்ஸ். தவிர, மருத்துவச் செலவுகளுக்கு மெடிக்கல் இன்ஷ்யூரன்ஸ். அவ்வளவுதானே!’

‘இல்லை. இவையெல்லாம் போக ‘ஜெனரல் இன்ஷ்யூரன்ஸ்’ஸில் இன்னும் பல இருக்கின்றன. அதில் சிலவற்றை நாமெல்லாம் ஏற்கெனவே செய்துகொண்டுதான் இருக்கிறோம்.’

‘அப்படியா?’

‘வண்டிகளுக்கு எடுப்பதும் இன்ஷ்யூரன்ஸ்தானே! வண்டிகளுக்கு எடுக்கும் வெஹிக்கிள் இன்ஷ்யூரன்ஸ்போல, யந்திரங்களுக்கு, வீடுகளுக்கு, பயிருக்கு, திருட்டு ஆபத்துகளுக்கு, தீ விபத்துகளுக்கு என்று விதம்விதமாக இன்ஷ்யூரன்ஸ் இருக்கிறது. அவ்வளவு ஏன், உடல் அழகிற்குக்கூட இன்ஷ்யூரன்ஸ் இருக்கிறது. மொத்தத்தில் ‘இல்லாமல் போகலாம்’ என்ற ரிஸ்க் இருக்கும் பலவற்றுக்கும் காப்பீடு எடுக்கலாம்.’

‘ஓக்கே. மூன்றில் ஒன்றான ரிஸ்க் பற்றிச் சொல்லிவிட்டீர்கள். அடுத்து ரிஸ்க்கை சந்திப்பது பற்றி...’

‘ஒருவருக்கு விதி வந்து வாழ்க்கை முடிவதை இன்ஷ்யூரன்ஸ்ஸால் தடுக்க முடியாது. விபத்துகளில் மாட்டாமல் எச்சரிக்கையாக, கவனமாக இருக்கலாம். ஆனாலும் தவறி நடக்கிற விபத்துகளை காப்பீடு விலக்காது. உடல் நலக்குறைவுகளிலும் அதே நிலைதான்‘

‘அதானே!’

‘ஆனால் அவற்றால் ஏற்படும் பொருளாதார இழப்புகளைச் சந்திக்க காப்பீடு உதவும்.’

‘உதாரணத்திற்கு...’

‘ஆயுள் காப்பீடு எடுத்தவர் குடும்பத்திற்கு அவர் எடுத்த அளவு தொகை கிடைக்கும். அதை ‘சம் அஷ்யூர்ட்’ - Sum assured - என்பார்கள். அவர் கட்டியது குறைவாக அல்லது மிகக் குறைவாகக்கூட இருக்கலாம். உதாரணத்திற்கு ஒருவர் இருபது லட்ச ரூபாய்க்கு

காப்பீடு எடுத்துவிட்டு மாதம் ஐந்தாயிரம் கட்டி வருகிறார். இரண்டு ஆண்டுகள் கட்டிய பின் அவரை அந்தக் குடும்பம் இழக்கும் துர்பாக்கியம் நிகழ்ந்தால், அவர் கட்டிய தொகை என்ன என்று பார்க்க மாட்டார்கள். Sum assured என்னவோ அதை அந்தக் குடும்பத்தாரிடம் கொடுத்துவிடுவார்கள்.'

'அப்படி ஏதும் நிகழாவிட்டால்?'

'நல்லதுதானே!'

'கட்டிய பணம்?'

'கட்டிய பணம் கொஞ்சம் கூடுதல் பணத்துடன் திரும்பக் கிடைக்கும். இதில் கட்டிய பணத்தை வேறு எங்கும் முதலீடு செய்திருந்தால் முப்பது ஆண்டுகளில் அது எவ்வளவாக வளர்ந்திருக்கும் என்று கணக்குப் பார்க்கக்கூடாது என்று முன்பே சொல்லியிருக்கிறேன்.'

'ஆமாம். நினைவிருக்கிறது.'

'இன்ஷுரன்ஸுக்கு பிரீமியமாகக் கட்டும் தொகை சேமிப்போ முதலீடோ அல்ல. இது காப்பீடு. 'ஒருகால் நேர்ந்துவிட்டால்' என்ற ரிஸ்க்கை சமாளிக்க, சந்திக்க ஒருவர் கொடுக்கும் கட்டணம் போன்றது தான் இது. மெடிக்கல் இன்ஷுரன்ஸ்சிலும் அப்படித்தான். ஓர் ஆண்டுக்கு பணம் கட்டுவோம். உடல்நலக் குறைவு ஏற்படாவிட்டால் கட்டிய அந்தப் பணம் 'வீண்', 'நட்டம்' என்றெல்லாம் நினைக்காமல், தொடர்ந்து ஒவ்வொரு ஆண்டும் கட்டிக்கொண்டேவரவேண்டும். ஏதும் நிகழாமல் அந்தப் பணம் வீணாகவே போகட்டும். காரணத்தை மேலும் விளக்கவேண்டியதில்லை அல்லவா?'

'புரிகிறது. ஆயுள் காப்பீட்டிலேயே சில வகைகள் இருக்கின்றனவாமே?'

'ஆமாம். எண்டோவ்மென்ட் பாலிசி - Endowment Policy என்பது ஒருவகை. அதில் கட்டும் பணம் நம் சேமிப்பில். அந்தப் பணத்திற்கு வட்டி போல மிகச் சிறிய தொகை ஒன்றை ஒவ்வொரு ஆண்டு முடிவிலும் நம் கணக்கில் சேர்ப்பார்கள். இடையில் ஏதும் நேர்ந்தால் 'சம் அஷ்ஷுர்டு'கொடுக்கப்படும். காப்பீட்டுக் காலம் முழுவதும் பிரீமியம் கட்டி முடித்தபின், காப்பீடு எடுத்தவருக்கு 'சம் அஷ்ஷுர்டு' தொகையும் அவர் கணக்கில் சேர்ந்த போனஸும் அவரிடமே கொடுக்கப்படும்.'

'மற்றொரு வகை?'

'அதன்பெயர் 'டெர்ம் இன்ஷுரன்ஸ்' - Term Insurance. ஒரே அளவு 'சம் அஷ்ஷுர்டுக்கு' 'டெர்ம் இன்ஷுரன்ஸ்'சில் மிகக் குறைந்த

அளவே பிரீமியத் தொகை கட்டினால் போதும். அல்லது மிகக் குறைந்த அளவு பிரீமியம் கட்டி, பெரிய தொகைக்கு இன்ஷூரன்ஸ் எடுக்கலாம்.'

'அதெப்படி சாத்தியம்? ஏன் இந்த வேறுபாடு?'

'முக்கிய வேறுபாடு, டெர்ம் இன்ஷூரன்ஸில் முதிர்வுத் தொகையாக ஏதும் பாலிசிதாரர் கையில் தரமாட்டார்கள். வண்டி இன்ஷூரன்ஸ் போன்றதுதான் இந்த டெர்ம் ஆயுள் இன்ஷூரன்ஸும். எவ்வளவு ஆண்டுகளுக்கு (இருபது அல்லது முப்பது அல்லது நாற்பது என்பது போல) காப்பீடு எடுத்திருக்கிறோமோ அந்தக் காலம் முழுவதும் பாலிசிதாரருக்கு காப்பீடு உண்டு. அந்தக் காலகட்டத்தில் ஏதும் நிகழ்ந்தால் 'சம் அஷ்ஷூர்டு' கொடுக்கப்படும். அவர் கட்டிய பிரீமியம் குறைவுதான். ஆனாலும் அது கொடுக்கப்படும். அந்தக் காலம் (டெர்ம்) முடிந்தபின் காப்பீடு இல்லை. முதிர்வுத் தொகையும் இல்லை.'

'மெடிக்கல் இன்ஷூரன்சும் இப்படிப்பட்டதுதான் அல்லவா?'

'ஆமாம்.'

'அது சரி... அந்த மூன்றாவது சொல்...' ஏற்பாடு 'பற்றி'

'ரிஸ்க்குகளை சந்திக்க ஒருவர் செய்துகொள்ளும் ஏற்பாட்டின் பெயர்தான் இன்ஷூரன்ஸ். இன்ஷூரன்ஸ்தான் ஏற்பாடு.'

22

இன்ஷுரன்ஸ் ஜாக்கிரதை

நீங்கள் கார் வைத்திருப்பவராக இருந்தால் கடந்த இரண்டு ஆண்டுகளில் ஒரு வித்தியாசத்தை உணர்ந்திருப்பீர்கள். அந்த வித்தியாசம், உங்களுக்கு அடிக்கடி வந்திருக்கக்கூடிய போன் அழைப்புகள். உங்கள் மொபைல் போனில் அழைத்திருப்பார்கள்.

'உங்கள் கார் இன்ஷுரன்ஸ் முடியப்போகிறது. நீங்கள் இவ்வளவு பிரீமியம் கட்ட வேண்டும். எங்கள் நபரை அனுப்பவா?' என்பது போல போனில் அழைத்துக் கேட்டிருப்பார்கள்.

இப்படி அழைப்பவர்கள் சில கார்ப்பரேட் நிறுவனங்களில் வேலை செய்பவர்கள். ஆமாம். ஏகப்பட்ட பெரிய கார்ப்பரேட் நிறுவனங்கள் இந்தத் தொழில்/வியாபாரத்தில் ஈடுபட்டிருக்கிறார்கள்.

ஒருவர் அவரது கார் இன்ஷுரன்ஸ்சை எந்தக் கம்பெனி மூலம் எடுக்கிறாரோ அந்த கம்பெனிக்கு இன்ஷுரன்ஸ் நிறுவனம் கமிஷன் கொடுக்கும். ஆயுள் காப்பீட்டு பாலிசிகள் எடுக்க எப்படி தனிப்பட்ட ஏஜெண்ட்டுகள் உதவுகிறார்களோ அப்படி, கார், மெடிக்கல் உட்பட பல இன்ஷுரன்ஸ்களும் எடுக்க உதவுகிற நிறுவனங்களுக்குப் பெயர் 'கார்ப்பரேட் ஏஜெண்ட்ஸ்.'

இந்த நிறுவனங்கள் ஆட்களை வேலைக்கு எடுத்து, அவர்கள் மூலம் பாலிசிகள் விற்பனை செய்யும், பிரீமியம் கட்டவைக்கும். கமிஷன் பெற்றுக்கொள்ளும்.

எந்தத் தொழிலில் போட்டி இல்லை? எல்லா தொழில்களிலும் இருப்பதுபோல இங்கேயும் போட்டிதான். அதனால்தான் வண்டி வைத்திருக்கும் ஒருவருக்கே பல கார்ப்பரேட் ஏஜெண்ட்களிடமிருந்தும் அழைப்புகள் வருகின்றன.

வண்டிகளுக்கான இன்ஷூரன்ஸ் என்பது ஆண்டுக்கு ஒருமுறை எடுக்க வேண்டியது. குறிப்பிட்ட தேதியெல்லாம் கிடையாது. எப்போது வண்டி வாங்கி முதல் முறையாக இன்ஷூரன்ஸ் எடுத்தோமோ, அதில் இருந்து தொடர்ந்து, அதே தேதியில் ஒவ்வொரு ஆண்டும் எடுக்க வேண்டும்.

இதன் காரணமாக நமது வண்டி இன்ஷூரன்ஸ் முடிவதற்கு சில நாட்கள் அல்லது சில வாரங்கள் முன்பிருந்தே நமக்கு அழைப்புகள் வரத் தொடங்கும். நாம் இன்ஷூரன்ஸ் பிரீமியம் கட்டிய பின்னும் கூட வேறு நிறுவனங்களில் இருந்து சில நாட்களுக்கு அழைப்புகள் வரும். போட்டியின் உக்கிரம் அவ்வளவு.

இதைத் தவறென்று சொல்லமுடியாது. நாம் சம்மதித்தால்தான் நம் பணம் அதில் போகும். சொல்லப்போனால், ஆண்டின் ஏதோ ஒரு தேதியில் நிலுவையாக மாறும், எடுக்க வேண்டிய இந்த முக்கிய காப்பீடு பற்றி இந்த அழைப்புகள் நமக்கு நினைவுபடுத்துகின்றன என்று இதை பாசிட்டிவாகவும் பார்க்கலாம்.

இதுபோன்ற முன்பின் தெரியாதவரிடம் இருந்து மொபைலில் வரும் அழைப்பு உதவிதான். ஆனாலும் இப்படிப்பட்ட அழைப்புகளில் நாம் எச்சரிக்கையாக இருக்கவேண்டிய சில ஆபத்துகளும் இருக்கின்றன.

சென்னை, கோவை, மதுரை, திருச்சி போன்ற நகரங்களில் இருப்போர் நிலை வேறு. அதிலும் குறிப்பாக இரு சக்கர வாகனங்கள் வைத்திருப்போரை போலீஸ்காரர்கள் மடக்கி லைசென்ஸ் தவிர வண்டிக்கு இன்ஷூரன்ஸ் இருக்கிறதா என்றும் சோதிப்பார்கள். இன்ஷூரன்ஸ் இல்லை என்றால் அபராதம் போடுவார்கள்.

போக்குவரத்து போலீஸ்காரர்கள் இல்லாத அல்லது அதிகம் இல்லாத ஊர்களில் இருப்போருக்கு இந்த அனுபவம் கிடைத்திருக்காது. சிலர் வண்டி வைத்திருப்பார்கள். ஆனால் அதற்கு ஆண்டுதோறும் எடுக்க வேண்டிய இன்ஷூரன்ஸ் எடுத்திருக்க மாட்டார்கள். அவர்களைப் பொருத்தவரை, 'இன்ஷூரன்ஸ் ஒரு செலவு. இயன்றால் தவிர்த்து விடவேண்டும். நல்லவேளை இந்தப் பக்கங்களில் எவரும் சோதிப்பதில்லை. அதனால் நாங்கள் எடுப்பதில்லை.' என்பதுபோல இருக்கும் அவர்கள் நினைப்பு.

‘இது என் வண்டி. இதற்கு இன்ஷுரன்ஸ் எடுப்பதும் எடுக்காததும் என் விருப்பம்’ என்று எவரும் சொல்ல முடியாது. நம் நாட்டில் மோட்டார் வாகனச் சட்டப்படி, சாலைகளில் ஓடும் மோட்டார் வண்டி வைத்திருக்கும் எவரும் அந்த வண்டிக்கு இன்ஷுரன்ஸ் எடுத்தே ஆகவேண்டும். இது கட்டாயம்.

ஆயுள் காப்பீடு மருத்துவ காப்பீடு போன்றவைதான் அவரவர் விருப்பம். ஆனால் வண்டி இன்ஷுரன்ஸ் என்பது தனிநபர் விருப்பம் அல்ல. செய்தே ஆகவேண்டியது. காரணம், அந்த வண்டிகள் பொது மக்கள் நடமாடும், பயன்படுத்தும் சாலைகளுக்கு வருகின்றன அல்லவா? அதனால்தான் இந்தச் சட்டம். அதனால்தான் சோதனையின்போது காட்டாவிட்டால் அபராதம் போடுகிறார்கள்

எதற்காக இன்ஷுரன்ஸ். அதனால் யாருக்கு நன்மை என்று கேட்கலாம்.

வண்டி விபத்துகளில் சிக்கினால், வண்டிக்கு, வண்டி ஓட்டியவருக்கு, அவரது குடும்பத்திற்கு, எதிர் வண்டிக்கு, அதை ஓட்டியவருக்கு, சமயங்களில் வண்டி ஓட்டியவரின் குடும்பத்திற்கு ஏற்படும் இழப்பு களை நட்டங்களை யார் சந்திப்பது? யார் சரி செய்வது?

இன்ஷுரன்ஸ் இருந்தால், இந்தச் சிக்கல்களால் ஏற்படக்கூடிய பொருளாதார நட்டங்களைத் தவிர்க்கலாம். அல்லது குறைத்துக் கொள்ளலாம். இல்லாவிட்டால் எவர் தவறோ அவரே முழுப் பொறுப்பு. முன்பு மெடிக்கல் இன்ஷுரன்ஸ் எடுக்காமல் விட்டு விட்டு, தன் சேமிப்பையெல்லாம் மனைவியின் ஒரு முதுகுத்தண்டு பிரச்னைக்காக செலவு செய்து, அது போதாமல் தனது இரு சக்கர வண்டியை விற்று, அதுவும் போதாமல் கடன் வாங்கிய ராஜேஷை நினைவிருக்கலாம். அதேபோல சாலை விபத்தில் சிக்கி ஓர் ஆண்டு படுக்கையில் இருந்த கோவை மகேந்திரனையும் நினைவிருக்கலாம். வண்டி இன்ஷுரன்ஸும் அப்படிப்பட்ட ஒரு ‘காப்பான்’தான்.

நடந்தாலும் நடக்கலாம் என்ற ஆபத்து இருக்கிற காரணத்தினால், வண்டி இன்ஷுரன்ஸ் அனைத்து வண்டிகளுக்கும் தேவைதான். ஒரு சம்பவம், ஒரு விபத்து, வாழ்க்கையைப் புரட்டிப் போட்டுவிடக் கூடாது. ஆண்டுக்கு ஒரு தொகை பிரீமியம் என்பது வண்டிக்கு ஏற்படும் விபத்தால் வரக்கூடிய பெருஞ் செலவில் இருந்து காப்பாற்ற வல்லது.

மொத்தத்தில் பழைய வண்டியோ புதிய வண்டியோ, நகரத்தில் இருக்கிறோமோ கிராமத்தில் இருக்கிறோமோ எல்லா வண்டி களுக்கும் இன்ஷுரன்ஸ் அவசியம்.

‘செய்வன திருந்தச் செய்’ என்பார்கள். அதை சிலர் எல்லா வேலைகளுக்கும் பொருத்திப் பார்ப்பதில்லை. நல்ல தொகைக்கு காப்பீடு எடுத்திருந்தும், விபத்தில் சிக்கியபோது ஆனந்தன் என்ற ஒருவருக்கு அவரது வண்டிக்கு ஏற்பட்ட பாதிப்புகளுக்கு அந்த இன்ஷூரன்ஸ் நிறுவனம் இழப்பீடு தர மறுத்துவிட்டது. நிறுவனம் சொல்லிய காரணம்தான் அந்தச் செய்தியைவிட அவருக்குக் கூடுதல் அதிர்ச்சி கொடுத்தது. ‘அட இப்படியுமா நடக்கும்!’ என்று மனிதர் அதிர்ந்துவிட்டார்.

இன்ஷூரன்ஸ் நிறுவனம் ஆனந்தனிடம் சொன்னது இதைத்தான்.

‘உங்கள் இன்ஷூரன்ஸ் பாலிசி போலி. நாங்கள் வழங்கியது அல்ல. உங்கள் வண்டிக்கு எங்கள் இன்ஷூரன்ஸ் கம்பெனியில் பாலிசிக்கான பிரீமியம் கட்டடப்படவில்லை!’

‘அப்படியென்றால் இந்த டாக்குமெண்ட்’

அந்த நிறுவனத்தின் பெயர் அச்சடித்திருந்த லெட்டர் ஹெட் பேப்பரை அவர்கள் முன் கோபமாக வீசினார் ஆனந்தன். அவர் ஆத்திரம் அவருக்கு. ஏமாற்றத்தின் உச்சியில் இருந்தார் அவர்.

‘இது நாங்கள் கொடுத்த பாலிசியே இல்லை. எவரோ உங்களை நன்றாக ஏமாற்றியிருக்கிறார்.’

நடந்தது இதுதான். போனில் தொடர்புகொண்டு, இன்ஷூரன்ஸ் துறையில் பெரிய அளவில் வியாபாரம் செய்யும் கார்ப்பரேட் நிறுவனத்தின் பெயரைச் சொல்லி, பின்பு நேரில் வந்து பணத்தை ரொக்கமாக வாங்கிப்போய், மூன்று நாளில் இன்ஷூரன்ஸ் பேப்பர் கொண்டு வந்து கொடுத்திருக்கிறார் ஒருவர்.

அவர் அந்த நிறுவனத்தில் வேலை செய்பவரல்ல. எங்கிருந்தோ முன்பு இன்ஷூரன்ஸ் எடுத்தவர்களின் விவரங்களை மொபைல் எண் உட்பட வாங்கி, ஆனந்தன் போன்றோரைத் தொடர்புகொண்டு, பிரீமியத்தைக் குறைத்துச் சொல்லி, பணம் பெற்றுக்கொண்டு, கடந்த ஆண்டு இன்ஷூரன்ஸ் பேப்பரை வைத்து அதே போல மற்றொன்று தயாரித்து, தேதி விவரங்கள் மாற்றி நல்ல பிள்ளைபோல கொண்டுவந்து கொடுத்துவிட்டுப் போயிருக்கிறார்.

இன்ஷூரன்ஸ் எடுப்பவர்களில் நூற்றுக்கு ஐந்து பேர் கூட, விபத்தில் சிக்கி ‘கிளைம்’க்கு போவதில்லை என்பது இவருக்குச் சாதகமான ஒன்று. ஆனந்தன் போன்றோர் இன்ஷூரன்ஸ் பேப்பரை ஜெராக்ஸ் எடுத்து வண்டியில் வைத்துக்கொள்வதுடன் சரி. அதை சரியாகப் பார்ப்பதும் இல்லை. படிப்பதும் இல்லை.

இப்படி போலி இன்ஷுரன்ஸ் பேப்பர் தயாரிப்பது ஒன்றும் புதிதல்ல. சில ஆண்டுகளுக்கு முன்பு செய்திப் பத்திரிக்கைகளில் அல்லோகலப் பட்டது, 'போலி பத்திர ஊழல்.' அரசாங்கம் அச்சடித்து வெளியிடும் 1000, 10000 ரூபாய் முத்திரைத்தாள் பத்திரங்களையே போலியாக அச்சடித்து ஆயிரக்கணக்கான கோடி ரூபாய்களுக்கு தொடர்ந்து பல காலம் விற்றிருக்கிறார்கள்.

அதற்கு முன்பு சில கம்பெனிகளின் ஷேர் சர்டிபிகேட்டுகள்போல போலியாக அச்சடித்து விற்றிருக்கிறார்கள். அவ்வளவு ஏன், 500 ரூபாய் 1000 ரூபாய் நோட்டுக்களை அதேபோல சிலர் அச்சடிக்கவில்லையா?

அப்படித்தான் இன்ஷுரன்ஸ் பேப்பர்களையும் சில நிறுவனங்கள் கொடுப்பனபோலவே தயாரித்துக் கொடுக்கிறார்கள் சிலர்.

நாம்தான் எச்சரிக்கையாக இருக்கவேண்டும்!

23

பேரம் பேசிக் குறைக்க முடியும்

போலி இன்ஷூரன்ஸ் சர்டிபிகேட்டுகள் பற்றி சென்ற அத்தியாயத்தில் பார்த்தோம். வண்டி இன்ஷூரன்ஸ் எடுப்பதில் இது தவிர வேறு சிலவற்றிலும் எச்சரிக்கையாக இருக்கவேண்டும்.

குறிப்பிட்ட நிறுவனத்தில் வேலை செய்யாதவரிடம் ரொக்கமாக பணம் கொடுத்து ஏமாறுவது ஒருவகை என்றால்... கொடுக்க வேண்டிய பிரீமியத் தொகையைச் செக் ஆகக் கொடுத்தும் ஏமாறுபவர்கள் உண்டு.

'அதெப்படி! இன்ஷூரன்ஸ் நிறுவனத்தின் பெயரில் செக் கொடுத்தால் அதை வேறு எவரும் பயன்படுத்திக்கொள்ள முடியாதே! அதில் எப்படி ஏமாற்ற முடியும்?' என்ற சந்தேகம் வரலாம்.

இது நடந்து இருபது ஆண்டுகளுக்கும் மேலிருக்கும். ஒரு தொலைதூரக் கல்வி நிறுவனத்தில் BGL (சட்டப் படிப்பு) கோர்ஸ்ஸில் சேர்ந்தேன். இரண்டாம் தவணை கட்டணம் கட்ட வேண்டும். நான் வெளியூரில் இருந்ததால் கட்ட வேண்டிய தொகைக்கு 'டிமாண்ட் டிராப்ட்' எடுத்து அனுப்பினேன். இரண்டு வாரம் ஆகியும் ரசீது வரவில்லை. அதன் பிறகு கடிதம் போட்டேன். பதில் இல்லை. பின்பு தொலைபேசியில் தொடர்புகொண்டேன். ம்ஹூம். ஒன்றும் பலனில்லை.

அடுத்தமுறை அந்த ஊருக்கு பக்கத்து ஊரில் ஒரு வேலையாகப் போனபோது, பல்கலைக் கழகத்திற்கு நேராகவே போய்

விசாரித்தேன். ஒரு குறிப்பிட்ட நபரிடம் போகச் சொன்னார்கள். அவரிடம் விவரம் சொன்னதற்கு, 'அப்படியா, சரி' என்று எழுந்து என்னை வேறு ஒரு பூட்டியிருந்த அறைக்கு அழைத்துச் சென்றார்.

'நீங்கள் டிராப்ட் அனுப்பிய தபால் உறை இதில் இருக்கிறதா பாருங்கள்' என்று அந்த அறையின் கதவைத் திறந்துவிட்டார்.

அந்த அறைக்கு உள்ளே இருந்தவற்றைப் பார்த்து அசந்துபோனேன். காரணம் பல ஊர்களிலும் இருந்து வந்திருந்த பிரிக்கப்படாத தபால் கவர்கள் அங்கே மலைபோலக் குவிந்து கிடந்தன

அரைமணி நேரம் வியர்க்க வியர்க்கத் தேடியும் கண்டுபிடிக்க முடியவில்லை. இதென்ன இப்படி இருக்கிறதே என்று அவரிடம் கேட்டதற்கு, 'ஒருவர் வேலையைவிட்டுப் போய்விட்டார். இன்னும் ஒருவர் லாங் லீவில் இருக்கிறார். நான் டெம்ப்ரவரி ஆள். என்ன செய்யட்டும்!' என்றார்.

'நான் டிராப்ட் அனுப்பினேனே. அந்தத் தபாலைக் காணவில்லையே' என்றேன் கொஞ்சம் குரலை உயர்த்தி.

'அதை வேறு யாரும் பயன்படுத்தியிருப்பார்கள். சரி, நீங்கள் அனுப்பிய டிராப்ட் என்ன தொகைக்கு? அதைச் சொல்லுங்கள்'

'என்னது அதை வேறு யாரோ பயன்படுத்தியிருப்பார்களா? என்ன சொல்றீங்க? அப்ப நான் கட்ட வேண்டிய பணம்!'

'அதான் கேட்கிறேனே சார். என்ன தொகைக்கு டிராப்ட் அனுப்பினீங்களோ, அதே தொகை எழுதியிருக்கும் ஏதாவது ஒரு டிராப்ட்டை அந்தக் குவியலில் இருந்து எடுங்க. அதைக் கொண்டு போய் கேஷ் கவுண்ட்டர்ல கட்டி கையோட ரசீது வாங்கிக்கிட்டுப் போங்க'

டிராப்ட் அந்தப் பல்கலைக்கழகத்தின் ரிஜிஸ்த்ரார் பெயரில். எல்லோரும் அப்படித்தான் அனுப்புவார்கள். யார் எதை அனுப்பினார்கள் என்று தெரியவா போகிறது. இதுதான் நிலை.

டிராப்ட் மற்றும் காசோலையின் பின்புறம் அனுப்புகிறவரின் பெயரையும் வேறு விவரங்களையும் எழுதலாமே என்று சிலர் கேட்கக்கூடும். இப்போதுகூட எதையும் எழுதாமல் விடுகிறவர்கள் உண்டு என்கிறபோது அப்போதைய எச்சரிக்கை உணர்வு பற்றிக் கேட்கவே வேண்டாம்.

வீட்டுக்கு வந்து பணம் அல்லது செக் வாங்கிச் செல்பவர்கள், வீட்டிற்கே கொண்டுவந்து ரசீது கொடுப்பவர்கள் அனைவரும்

தவறானவர்கள் என்று சொல்ல முடியாது. ஆனாலும் செக் அல்லது டிராப்ட் போன்றவற்றைக் கொடுக்கும்போது அது கிராஸ் செய்யப் பட்டதாக இருக்கவேண்டும். தவிர, அதன் பின்புறம் பாலிசிதாரர் பெயர், பாலிசி எண் ஆகியவற்றைத் தவறாது எழுத வேண்டும். ரசீது மறவாமல் கேட்டுப் பெறவேண்டும். ரசீதை சரி பார்க்க வேண்டும். இவை எல்லாவற்றையும்விட சிக்கல் குறைவானது, நாமே நேரில் அல்லது ஆன்லைனில் பணம் கட்டி ரசீது அல்லது பாலிசியைப் பெற்றுக்கொள்வது.

மற்றொரு எச்சரிக்கையாக இருக்க வேண்டிய அம்சமும் இதில் உண்டு. பாலிசி ரினியூ (புதுப்பிக்க வேண்டிய) நேரத்தில் ஒன்றுக்கும் மேற்பட்ட நிறுவனங்களில் இருந்து தொலைபேசி அழைப்புகள் வரும் அல்லவா? அவர்களிடம் என்ன தொகை கட்ட வேண்டும் என்று கேட்டால் ஒரு தொகையைச் சொல்வார்கள்.

அது சென்ற ஆண்டு கட்டிய தொகையைவிடக் குறைவாக இருக்கும். முதல் காரணம் ஓராண்டில் நம் வண்டி தேய்மானம் அடைந்து கொஞ்சம் 'சந்தை மதிப்பு' இழந்திருக்கும். அதனால் வண்டிக்குச் செய்யும் காப்பீட்டுத் தொகையே குறைவுதான். அடுத்து, கடந்த ஆண்டில் இன்ஷூரன்ஸ் நிறுவனத்திடம் இருந்து ஏதும் தொகை பெறாமல் இருந்திருந்தால், அதற்காக 'நோ கிளைம் போனஸ்' என்று கொஞ்சம் தள்ளுபடி கொடுப்பார்கள்.

இவையெல்லாமும் போகக்கூட சிலர் சொல்லும் பிரீமியம் குறைவாக இருக்கும். போட்டி காரணமாகக் குறைத்துச் சொல்கிறார்கள் என்று நாம் நினைக்கலாம்.

அவர்கள் சொல்லும் குறைந்த தொகையைக் கேட்டு அக மகிழ்ந்து சிலர், உடனே வரச் சொல்லி செக் கொடுத்துவிடுவார்கள். வந்து சேரும் இன்ஷூரன்ஸ் பேப்பரை போட்டோ காப்பி எடுத்து வைத்துக்கொள்வார்கள். வேலை முடிந்ததாம்! படித்துப் பார்க்க மாட்டார்கள்.

இதில் என்ன தொந்திரவு வரமுடியும்?

போனில், வரும் அழைப்புகள் சொல்லும் தொகை குறைவாக இருக்கும் பட்சம், 'அட! வண்டி இன்ஷூரன்ஸுக்காக மீண்டும் ஓர் ஏழாயிரம் ரூபாய் கட்டவேண்டும் என்று நினைத்திருந்தோம். ஆனால் இவர் ஐந்தாயிரம்தானே சொல்லுகிறார். வாங்கிவிடலாம்' என்று தோன்றுவது இயற்கைதான். ஆனால் அது லாபமா அல்லது நட்டமா என்று விசாரிக்க வேண்டாமா?

மொத்த தொகை மட்டும் முக்கியம் அல்ல. இது எப்படி என்றால்... ஒரு ஹோட்டலில் எடுப்புச் சாப்பாடு நூறு ரூபாய். வேறு ஒரு ஹோட்டலில் ஐம்பது ரூபாய். எங்கே வாங்கலாம்? அட! ஐம்பது ரூபாய்தானா! இதுவே சரி என்று முடிவெடுக்கலாமா?

என்னவெல்லாம் கொடுப்பீர்கள் என்று கேட்க வேண்டுமா இல்லையா? இரண்டு கூட்டு, ஒரு பொரியல், சாம்பார், ரசம், வத்தக் குழம்பு, பாயசம், அப்பளம், பச்சரிசி சாதம் என்று 100 ரூபாய் ஓட்டலும், ஒரு கூட்டு, ஒரு கறி, சாம்பார் அல்லது ரசம் - சாதம் என்று 50 ரூபாய் ஓட்டல்காரரும் சொன்னால்?

முன்கூட்டியே சொல்லிவிட்டால் பரவாயில்லை. வீட்டிற்குப்போய் மூன்று பேருக்கு இலை போட்டுவிட்டு, டிபன் கேரியரைப் பிரித்துப் பார்த்தபின் ஒரு கூட்டு, ஒரு கறி, சாம்பார் மற்றும் சாதம் மட்டுமே இருப்பதைப் பார்த்தால்?

பாலிசிக்கு ஒப்புக்கொள்ளும்போது என்னவெல்லாம் 'கவரேஜ்' என்று கேட்டுக்கொண்டுதான் முடிவு செய்யவேண்டும். வண்டி இன்ஷூரன்ஸிலேயே பலவகை கவரேஜ் இருக்கிறது. ஆகிற செலவில் இவ்வளவு சதவிகிதம்தான் என்றெல்லாம்கூட குறைந்த அளவு காப்பீடுத்தொகை தரும் கவரேஜ்கள் இருக்கின்றன. பிரீமியம் குறைத்துக்கொடுக்கிறார் என்று எதையாவது வாங்கிக்கொள்ளக் கூடாது.

காம்பிரஹென்சிவ் என்று ஒரு கவரேஜ். பிரீமியம் அதிகம்தான். ஆனால் இந்த வகை பாலிசியில் வண்டியில் அடிபடுபவருக்கு ஆகும் செலவும் இன்ஷூரன்ஸ் கம்பெனி தந்துவிடும்.

அதேபோல அவர்கள் சொல்வதுதான் தொகை என்பதும் இல்லை. 'சரி உங்களிடம் எடுத்துக்கொள்கிறேன். வேறு என்ன தருவீர்கள்?' என்று இன்ஷூரன்ஸ் முகவர்களிடம் பேரம் பேசுகிறவர்கள் உண்டு.

ஃப்ரீ சர்விஸுக்கு கூப்பன், சில ஸ்பேர்கள் என்பதுபோல சலுகைகள் பெற்றுக்கொண்டு இன்ஷூரன்ஸ் போடுகிறவர்கள் அவர்கள். போட்டி இருப்பதால் இவையெல்லாம் நடக்கின்றன.

•

சம்பாதித்தல் எவ்வளவு முக்கியமோ அவ்வளவு முக்கியம் அதில் கணிசமான பகுதியை சேமிப்பது. அவை இரண்டையும்விட கூடுதல் முக்கியம் சேமித்த பணத்தை சரியான இடத்தில் முதலீடு செய்து, பெருக்குவது. அப்படிப்பட்ட முதலீட்டு வாய்ப்புகள் பலவற்றையும் பற்றி விரிவாகப் பார்ப்பதற்காகத்தான் இந்த சிக்கனமும் சேமிப்பும்.

சீட்டுக் கட்டி சேமிப்பது என்னவோ படிக்காதவர்கள், பாமரர்கள், பிற வாய்ப்புகளைப் பற்றித் தெரியாததால் செய்யும் முதலீடு அல்ல. சீட்டு என்பது ஒரு பவர்ஃபுல் 'சேமிப்பு கம் முதலீடு' என்று தொடங்கி, எங்கே, எப்படிச் செய்யவேண்டும் எப்படிச் செய்யக்கூடாது போன்ற தகவல்களில் தொடங்கி,

அடுத்து பரஸ்பரநிதிகள், பங்குகள், வருமான வரியில் மீதம் செய்வது, முதலீட்டிற்கு என்று தங்க நகை வாங்கலாமா கூடாதா, எப்படி யெல்லாம் தங்கம் வாங்கிச் சேமிக்கலாம், SIP, ஈ.டி.எப், இன்ஷூரன்ஸ் போன்ற கொஞ்சம் கடினமான பர்சனல் பைனான்ஸ் விஷயங்கள் என வாழ்வின் சேமிப்புக்கு உண்டான சகல வழிமுறைகளையும் விவரங்களையும் பார்த்துவிட்டோம்.

இனி நீங்களும், உங்களைச் சார்ந்தோரும் இப்புத்தகத்தின் வழிகாட்டுதல்படி சிக்கனமும் சேமிப்புமாக, வளமுடன் வாழ வாழ்த்துகள்.

www.ingramcontent.com/pod-product-compliance
Lightning Source LLC
LaVergne TN
LVHW041613070526
838199LV00052B/3133